இந்திய ஸூஃபிகள் வரிசை

தஃப்லே ஆலம் பாதுஷா

நாகூர் ரூமி

‘அடுத்த விநாடி’ என்ற நூலின் மூலம் லட்சக்கணக்கான வாசகர்களைப் பெற்ற நாகூர் ரூமியின் இயற்பெயர் ஏ.எஸ். முகம்மது ரஃபி. ஆம்பூரில் மஸ்ஹரூல் உலூம் கல்லூரியின் ஆங்கிலத் துறைத்தலைவராகப் பணியாற்றியவர். மாணவர்களுக்காக எழுதிய ‘ஜாலியா ஜெயிக்கலாம் வாங்க ஸ்டூடண்ட்ஸ்’ என்ற நூல் பெரும் வரவேற்பைப் பெற்றது. ஹோமர் எழுதிய ‘இலியட்’ எனும் மாபெரும் கிரேக்க காவியத்தைத் தமிழில் மொழிபெயர்த்திருப்பவர். கம்பனையும் மில்டனையும் ஒப்பாய்வு செய்து டாக்டர் பட்டம் பெற்றவர்.

இந்திய ஸூஃபிகள் வரிசை

1. நிஜாமுத்தீன் அவ்லியா
2. குணங்குடி மஸ்தான் சாஹிப்
3. தாஜுத்தீன் பாபா
4. யாஸீன் மௌலானா நாயகம்
5. ஹஸ்ரத் ஆஸாத் ரஸூல்

இந்திய சூஃபிகள் வரிசை

தஃப்லே ஆலம் பாதுஷா

நாகூர் ரூமி

தஃப்ளே ஆலம் பாதுஷா : இந்திய சூஃபிகள் வரிசை
Tabl-e-Aalam Badshah Nathar Auliya : Indiya Sufigal Varisai
Nagore Rumi ©

First Edition: September 2023
72 Pages
Printed in India.

ISBN: 978-81-964130-8-8
Kizhakku - 1326

Kizhakku Pathippagam
177/103, First Floor, Ambal's Building, Lloyds Road,
Royapettah, Chennai - 600 014. Ph: +91-44-4200-9603
Email : support@nhm.in   Website : www.nhm.in

◼ kizhakkupathippagam   ◧ kizhakku_nhm

Author's Email: ruminagore@gmail.com

All illustrations, photos and images are for informational purposes only and are copyrighted by their respective owners.

Kizhakku Pathippagam is an imprint of New Horizon Media Private Limited

The views and opinions expressed in this book are the author's own and the facts are as reported by the author, and the publishers are not in any way liable for the same.

All rights reserved. No part of this publication may be reproduced, stored in a retrieval system, or transmitted, in any form or by any means, electronic, mechanical, photocopying, recording or otherwise, without the prior permission of the publishers.

<u>சமர்ப்பணம்</u>

திருச்சி
‘ஜமால் முஹம்மது’
கல்லூரியில்
என்னை உருவாக்கிய,
மறைந்த பேராசிரியர்கள்
ஹஸ்ரத் சுஹ்ரவர்தி,
யூசுஃப் சார்,
ஆல்பர்ட் சார்
ஆகியோருக்கு

பொருளடக்கம்

அறிமுகம்	...	9
1. கொட்டோசை நிகழ்த்திய அற்புதம்!	...	11
2. ஆட்சியை விரும்பாத மாட்சி	...	17
3. கொதிக்கும் எண்ணெய்க் கொப்பரையும் குருநாதரும்...	...	25
4. திமிஷ்க்கிலிருந்து திருச்சிக்கு	...	34
5. வளர்ப்பு மகள் குந்தவை நாச்சியார்	...	39
6. பாறையை நிறுத்திய கை	...	47
7. சித்தர்களுடன் சந்திப்பு	...	52
8. பெரிய கோயிலின் கபாலக்கல்	...	55
9. ராஜராஜனின் மறைவு	...	58
10. பாபா, குந்தவை மறைவு	...	60
11. பாபாவின் பொன்மொழிகள்	...	64
12. சில தகவல்கள்	...	66
13. நத்ஹர் பாபாவின் சில்சிலா (ஆன்மிகப் பாரம்பரியத்தொடர்)	...	71
உதவிய நூல்கள்	...	72

அறிமுகம்

திருச்சி ஜமால் முஹம்மது கல்லூரியில்தான் நான் படித்தேன். பியுசியிலிருந்து எம்.ஏ. வரை ஆறு ஆண்டுகள் திருச்சியில்தான் வாழ்க்கை. பலமுறை மெயின்கார்ட்கேட் என்ற நகரின் மையப்பகுதிக்குச் செல்லும் வாய்ப்பு வரும். அல்லது அப்படிப்பட்ட வாய்ப்பை நாங்களாகவே ஏற்படுத்திக் கொள்வோம். ஆல்பர்ட் சாரின் சிறப்பு வகுப்புகள் ஞாயிறுகளில் மெயின்கார்ட்கேட் பகுதியில்தான் நடக்கும். உலக சினிமாவையும் அங்கேதான் பார்த்தோம். புத்தகம் வாங்க, சினிமா பார்க்க, பொருள்கள் வாங்க என்று எல்லாவற்றுக்கும் அங்கேதான் போகவேண்டி வரும். அங்கே போகும் வழியில்தான் பதினோராம் நூற்றாண்டில் சிரியாவிலிருந்து வந்து அங்கே தங்கிவிட்ட நத்ஹர் வலி அவர்களின் தர்கா உள்ளது. மூன்று தலைகளைக்கொண்ட ஓர் அசுரனைக்கொன்ற அந்த இடத்தின்மேல்தான் அந்த தர்கா கட்டப்பட்டிருப்பதாக ஒரு தகவல் உண்டு. நத்ஹர் வலி வாழ்ந்தபோது அந்த இடம் ஒரு பூஞ்சோலையாகப் பராமரிக்கப்பட்ட வரலாறு உண்டு.

நான் ஒரு சில தடவைகள் மட்டுமே அங்கே சென்றிருக்கிறேன். அப்போதெல்லாம் அங்கே யாரோ ஒரு முஸ்லிம் மகான் அடக்கமாகியுள்ளார்கள் என்று மட்டுமே தெரியும். ஒரு நாட்டையே ஆண்டுகொண்டிருந்த ராஜா இங்கே ஒரு ஞானியாக, துறவியாக அடக்கமாகியிருக்கிறார்கள் என்பதெல்லாம் எனக்கு அப்போது தெரியாது. திருச்சிக்கே 'நத்ஹர் நகர்' என்றும் ஒரு பெயருண்டு. அங்கே அடிக்கடி

செல்லாததால் எவ்வளவு அற்புதமான வாய்ப்புகளை இழந்திருக்கிறேன் என்பது இந்த வயதில்தான் புரிகிறது.

அந்த மாபெரும் ஞானியின் வாழ்க்கை வரலாற்றை எழுதும் இந்த வாய்ப்பை எனக்குக் கொடுத்த இறைவனுக்கும் இப்புத்தகத்தை வெளியிடும் கிழக்கு பதிப்பகத்தாருக்கும் என் நன்றிகள். திருச்சி வாழ் தஃப்லே ஆலம் பாதுஷா அவர்களின் ஆசி எனக்குக் கிடைக்கவேண்டும் என்று இறைவனை வேண்டிக்கொள்கிறேன். காலம் கடந்த ஞானம் மாதிரி இது நடக்கிறது. ஆனால் என் காலம் கடப்பதற்குள் இது நடந்திருப்பதில் எனக்கு சந்தோஷமே.

இதில் குறிப்பிடப்பட்டிருக்கும் சில தகவல்கள் பலரின் புருவங்களை உயர்த்தலாம். உதாரணமாக, ராஜராஜ சோழனும், அவன் சகோதரி குந்தவையும் நத்ஹர் வலியின் வளர்ப்புப் பிள்ளைகள். சிறுபிள்ளைகளாக இருந்தபோதே தந்தை இறந்த பிறகு, தாய் உடன்கட்டை ஏறிவிட்டாள். ஆதித்த கரிகாலனும் கொல்லப்பட்டான். அந்தச் சூழலில் குழந்தைகளின் பாதுகாப்பு கருதி ராஜகுரு கருவூராரின் ஆலோசனைப்படி, விருப்பப்படி குந்தவையும் அருண்மொழிவர்மனும் நத்ஹர் வலி அவர்களிடம் அழைத்துவரப்பட்டார்கள்.

தந்தையும் கணவனும் இறந்துபோன பின்னர் குந்தவை நத்ஹர் வலி அவர்களோடு போய் அவரது மகளாக இறுதிவரை இருந்தார். அதுவும் இஸ்லாத்தில் இணைந்து ‘ஹலிமா’ என்ற பெயரோடு!

குந்தவை நாச்சியார் இஸ்லாத்தில் இணைந்தது அவருக்குத்தான் நன்மையாக முடிந்திருக்கும். அவர் முஸ்லிமானதற்கான சில ஆதாரங்களை இறுதியில் கொடுத்துள்ளேன்.

02.06.2023

அன்புடன்

சென்னை

நாகூர் ரூமி

ruminagore@gmail.com

1

கொட்டோசை நிகழ்த்திய அற்புதம்!

சிரியாவின் தலைநகரான திமிஷ்க். ஆங்கிலத்தில் டமாஸ்கஸ். ஆங்கிலேயர்களுக்கு எது வருகிறதோ இல்லையோ ஆங்கிலம் அல்லாத மொழியில் உள்ள பெயர்களைச் சரியாக உச்சரிக்கவோ எழுதவோ மட்டும் வராது. இதில் விசேஷம் என்னவெனில் தவறாகச் சொல்லப்பட்ட அல்லது எழுதப்பட்டதுதான் சரி என்று அவர்கள் நினைத்தார்கள்! சரி போகட்டும். நமக்குத் தேவை சரியான உச்சரிப்பு அல்ல. சரியான வரலாறுதான்.

சிரியா சாதாரண நாடா என்ன? சிரியாவுக்கு அரபியில் ஷாம் என்று பெயர். ஷாம் என்றால் 'மல்லிகையின் நகரம்' என்று ஓர் அர்த்தமுண்டு. இஸ்லாமிய வரலாற்றில் உலகின் நான்காவது மிகப்புனிதமான நகரம் சிரியாவின் தலைநகரான திமிஷ்க்தான். பல ஞானிகள் உருவான நகரம் அது. இப்போதுகூட நாம், அங்கே பிறந்து வளர்ந்து மன்னராக ஆட்சியும் செய்த ஒரு மகானைப்பற்றித்தான் பேசிக்கொண்டிருக்கிறோம்.

திமிஷ்க்கின் அரண்மனையின் உப்பரிகையில் நின்றுகொண்டு ஏழு வயதுச் சிறுவர் ஒருவர் கையில் ஒரு கொட்டு அல்லது பறையை வைத்துக்கொண்டு டொம் டொம் என்று விடாமல் தட்டிக்கொண்டிருந்தார்.

கையில் ஒரு கொட்டை வைத்துத் தட்டினால் அது அருகில் இருப்பவர்களுக்கு மட்டுமே கேட்கும். அல்லது சில அடிகள் தூரத்துக்குக் கேட்கலாம். ஆனால் சிரியாவின் தலைநகரம் முழுவதும் அந்த ஒலி எப்படிக் கேட்கும்?! ஆனால் கேட்டது. அதுவும் கொலை நடுங்கவைக்கும் ஸ்தாயியில் அது கேட்டது. அப்பறையொலி இடியோசையைப்போல நகரெங்கும் எதிரொலித்துக்கொண்டிருந்தது. அது ஓர் அற்புதம். அந்த அற்புதத்தை அந்த ஏழு வயதுச் சிறுவர் நிகழ்த்திக் கொண்டிருந்தார்.

நான்காயிரமாண்டு சரித்திரப் பின்னணி கொண்ட திமிஷ்க் நகரத்தில் அந்த விடியா விடியலில் குவலயம் குலுங்கும் அந்தக் கொட்டோசை கேட்டுக்கொண்டிருந்தது. திமிஷ்க் நகரின் மக்களெல்லாம் விழித்துக்கொண்டனர். என்ன நடக்கிறதென யாருக்கும் புரியவில்லை.

ஆனால் நகருக்கு வெளியே பாடியிறங்கியிருந்த ரோம் நாட்டுக் கொள்ளையன் தஸ்தக் என்பவனுக்கும் அவனது படையினருக்கும் அந்தப் பேரொலியானது தங்களுக்குச் சாவுமணி என்பது விளங்கிவிட்டது. அவர்கள் அவசர அவசரமாக நகரைவிட்டு விரைந்து வெளியே ஓடிக் கொண்டிருந்ததை நகர மக்கள் பார்த்து வியந்தார்கள். நிம்மதிப் பெருமூச்சு விட்டார்கள். ரோமானியப் படைகளால் தங்களது உயிர்களுக்கும் உடமைகளுக்கும், மானத்துக்கும் ஏற்படவிருந்த அபாயம் நீங்கிவிட்டதை உணர்ந்து வீதியில் குழுமினார்கள்.

இந்த அற்புதம் எப்படி நிகழ்ந்தது? யார் நிகழ்த்தினார்கள்? என்றெல்லாம் தெரிந்துகொள்ள அவர்களுக்கு ஆர்வம் ஏற்பட்டது. சப்தம் அரண்மனை உப்பரிகையிலிருந்து வந்து கொண்டிருந்ததால் அரண்மனையை நோக்கி மக்கள் செல்லத்தொடங்கினார்கள்.

அவர்களுக்கு மட்டுமா ஆர்வம்? அரசருக்கும் அரசிக்கும் அரண்மனை ஊழியர்களுக்கும் அதே ஆர்வம்தான். ராஜா, ராணி, மந்திரி பிரதானிகள் என முக்கியஸ்தர்கள் அனைவரும் கொட்டோசை வந்துகொண்டிருந்த அரண்மனையின் உப்பரிகையை நோக்கி விரைந்தனர். அரசர் சையத் அஹ்மத் கபீர், அரசி ஃபத்ஹுன்னிஸா, அரண்மனைக் காவலர்கள்,

ஊழியர்கள், சேடிகள் எனப் பலரும் கொட்டு முழக்கம் வந்துகொண்டிருந்த உப்பரிகைக்குச் சென்றனர்.

அங்கே அவர்கள் கண்ட காட்சி அவர்களுக்கு வியப்பளித்தது. ஏழே வயது நிரம்பிய அந்தச் சிறுவர், அவர்களது அருமை மகன் எழுப்பிய பறையோசையை திமிஷ்க்கின் வானங்கள் எதிரொலித்ததையும், அந்த இடியோசை கேட்டு தஸ்தக்கின் படைகள் விரண்டோடும் அதிசயத்தையும் பார்த்து வியந்தனர். குடிமக்களெல்லாம் அரண்மனையை நோக்கி வருவதும் தெரிந்தது.

ஹிஜ்ரி 291ல் ரோமானியர்களுக்கும் முஸ்லிம்களுக்கும் நடந்த போரில் ஐயாயிரம் ரோமர்கள் உயிரிழந்தனர். சிலுவை யுத்தங்களுக்கு முன்மாதிரிபோல அவ்வப்போது இப்படி நடந்து கொண்டிருந்தது. ஹிஜ்ரி 350-ல் ரோமானியர்கள் மனீசா என்ற நகரைக் கைப்பற்றினர். பல்லாயிரம் முஸ்லிம்களைக் கிறிஸ்துவர்களாக மதமாற்றம் செய்யவைத்து, மக்களைக் கொன்று, சொத்துக்களைக் கொள்ளையடித்து, சிறுவர் சிறுமியரை ரோமுக்குக் கொண்டு சென்று கொத்தடிமைகளாக்கினர்.

இவ்விதம் பல ஆண்டுகளாகவே ரோமானியரின் படைகள் இஸ்லாமிய நாடுகளுக்குள் புகுந்து அட்டகாசம் செய்து கொண்டிருந்தன. துருக்கி, ஈராக், சிரியா ஆகிய நாடுகளில் பல இஸ்லாமியக் கோட்டைகள் இடிக்கப்பட்டன. அப்பாஸிய கலீஃபா முக்தஃபியின் ஆட்சிக்காலத்தில் ரோமானியர்களோடு கொஞ்சம் நல்லுறவு இருந்தது. ஆனால் பத்தாம் நூற்றாண்டில் நிலைமை தலைகீழாக மாறியது. முஸ்லிம்களை விரோதி களாகப் பார்க்கத்தொடங்கினர். சிலுவைப் போர்களுக்கான முன்னோட்டம்போல அந்தப்போர்கள் இருந்தன.

முஸ்லிம்கள் கட்டாய மதமாற்றம் செய்யப்பட்டனர். ஆயிரக்கணக்கானோர் கொத்தடிமைகளாக விற்கப்பட்டனர். அந்த அட்டகாசங்களின் தொடர்ச்சியாக அன்றிரவு ரோமானிய தஸ்தக்கின் படைகள் திமிஷ்க்கில் பாளையம் இறங்கியிருந்தன. விடிந்தால் தாக்குதல்தான் என்ற நிலை. அது ஹிஜ்ரி 354-ம் ஆண்டு / கிபி 965.

என்ன செய்யலாம் என்று அரசரும் மந்திரிகள், தளபதிகள் மற்றும் முக்கியஸ்தர்கள் அடங்கிய குழு விவாதித்தது.

கலந்தாலோசனைதான் என்றாலும் வெற்றி ரோமானியர்களுக்குத்தான் என்ற அச்சமூட்டும் முடிவுக்குத்தான் அனைவரும் வந்திருந்தனர். என்ன நடக்கும் என்று எல்லாருக்கும் தெரிந்தே இருந்தது. அப்போதுதான் விடியா விடியலில் அந்த அதிசயம் நிகழ்ந்தது.

உலக முடிவு நாளில் சூர் எனும் எக்காளம் ஊதப்படும், அது ஊதப்படும்போது உலகில் உள்ள மனிதர்களும் சொர்க்கத்தில் உள்ளவர்களும் மயங்கி விழுவார்கள் என்பது இஸ்லாமிய நம்பிக்கைகளில் ஒன்று. அந்த மாதிரியான ஒரு சப்தம். ஆனால் இது பறை சப்தம். கொட்டு முழக்கம். அதில் யாரும் மயங்கி விழவில்லை. ஆனால் எதிரிகள் மட்டும் வெருண்டோடினார்கள். அச்சத்தம் அவர்களுக்குச் சாவுமணி என்பதை அவர்கள் விளங்கிக்கொண்டார்கள்.

அந்த அதிசயத்தை நிகழ்த்திய ஏழுவயதுச் சிறுவரின் பெயர் சையத் நத்ஹர் முதஹ்ஹருத்தீன். அவர் வேறு யாருமல்ல. அவர்தான் அரசர் சையத் அஹ்மது கபீர், அரசி ஃபத்ஹுன்னிசா அல்லது ஃபாத்திமுன்னிஸா ஆகியோரின் அருமைப் புதல்வர் இளவரசர் முதஹ்ஹருத்தீன். அவருக்கு ஜலாலுத்தீன் என்ற தம்பியும் உண்டு. ஹஸ்ரத் அலீ அவர்களின் வம்சாவழியின் தொடர்ச்சியில் அரசரும் அரசியும் நபிகள் நாயகத்தின் பரம்பரையில் வருபவர்கள் என்பது குறிப்பிடத்தக்கது. முதஹ்ஹருத்தீன் என்றால் மார்க்கத்தில் தூய்மைப்படுத்தப் பட்டவர் என்று பொருள். தூய்மைப்படுத்தப்பட்டவராக மட்டுமின்றி, சக மனிதர்களைத் தூய்மைப்படுத்துபவராகவும் இளவரசர் இருந்தார்.

வெகுநேரம் பறையொலி எழுப்பிய களைப்பில் இளவரசர் முதஹ்ஹருத்தீன் மயங்கி விழுந்தார். மன்னரும் மந்திரிகளும் அவரைத் தூக்கி வந்து மண்டபத்தில் படுக்க வைத்து, விசிறி கொண்டு வீசினர். அத்தாணி மண்டபத்தில் ஆண்களும், பெண்களுமாய் பொதுமக்கள் ஆர்வமுடன் கூடியிருந்தனர்.

அரசவைக்காஜி பக்தியார் முஹம்மத் வரவழைக்கப்பட்டார். ஒரு குவளையில் இருந்த தண்ணீரில் திருமறையின் சில வசனங்களை ஓதி, அத்துடன் நபிகள் நாயகம் அவர்களின் மீது ‘ஸலவாத்’ எனப்படும் புகழுரைகளையும் கூறி அதில் ஊதினார். பின் அந்தத் தண்ணீரை இளவரசர் முதஹ்ஹருத்தீனின் முகத்தில்

தெளிக்கவும் இளவரசர் மயக்கம் தெளிந்து படுக்கையிலிருந்து எழுந்தமர்ந்தார்.

'அன்பு மகனே, உங்களுக்கு என்னாயிற்று?' என்று தந்தையும் தாயும் வினவினர். மகனார் கூறிய பதில் அவர்களை மட்டுமின்றி அங்கிருந்த அனைவரையும் ஆச்சரியப்படுத்தியது.

'இன்று அதிகாலை கண் விழிக்கும் முன் ஒரு கனவு கண்டேன். மனிதகுலத்தின் ஆதிபிதாவான ஆதம் என் கண்முன் தோன்றினார்கள். 'மகனே, உமது நகரை ரோம் நாட்டுக் கொள்ளையர் சூழ்ந்துள்ளனர். நீர் எழுந்து உம் பாட்டனார் சையத் இத்தியாரின் பாரம்பரியப் பறையை எடுத்து அரண்மனை உச்சியில் நின்று முழக்கம் எழுப்பவும். பகைவர்கள் விரண்டோடுவார்கள்' என்று கூறினார்கள். அதனால்தான் நான் அந்தக் கருக்கலில் அவ்வாறு செய்தேன்' என்று இளவரசர் கூறினார்.

இளவரசர் சொன்ன பதிலைக் கேட்டுப் பரவசப்பட்ட காஜியார், 'தஃப்லே ஆலம் ஜிந்தாபாத், தஃப்லே ஆலம் ஜிந்தாபாத்! சையத் முதஹ்ஹருத்தீன் நீடூழி வாழ்க! குவலயம் குலுங்கும் கொட்டோசை வாழ்க!' என்று உணர்ச்சிவசப்பட்டவராகக் கூறினார். அதுமட்டுமா? எல்லோரும் ஆனந்த அதிர்ச்சியடையும் வகையில் அச்சிறுவரின் பாதங்களை முத்தமிட்டுவிட்டு, 'லவ் யஸ்ம'ஊன கமா சம்' அத் கலாமுஹா, ஹரு அல் அஜா ருகூஹா வ சுஜூத்' என்று ஒரு கவிதையும் சொன்னார். (நான் கேட்ட இச்சிறுவருடைய வார்த்தைகளை நீங்களும் கேட்டுப் புரிந்துகொண்டிருந்தால், இவர் பாதம் பணிந்து மரியாதை செய்யத் தயங்கமாட்டீர்கள் - உத்தேசமான தமிழாக்கம்.)

அவர் சொன்னது அரபுலகில் அந்தக்காலத்தில் மிகவும் புகழ்பெற்றிருந்த கஸீர் என்ற கவிஞருடைய கஸீதா எனும் பாடலின் வரியாகும். அந்த கஸீதாவின் பொருளைப் புரிந்து கொண்ட பலர் பரவசப்பட்டனர்.

இனி இந்நூலில் நத்ஹர் அவர்களைத் தேவைப்படும் இடங்களில் 'பாபா' என்று குறிப்பிடுவோம். தனது தஃப் அல்லது அதைத் தட்டும் குச்சியைக்கொண்டு பல சமயங்களில் பல பிரச்னைகளை பாபா முஹஹ்ஹருத்தீன் தீர்த்துள்ளார்கள்.

ஒருமுறை அவர்கள் இலங்கையில் முதல் மனிதரான ஆதம் அவர்கள் இறங்கி நின்றதாகச் சொல்லப்படும் மலைக்குச் சென்றிருந்தபோது ஊருக்குள் ஆறொன்று உடைப்பெடுத்துச் சீறிக்கொண்டு வந்தது. அப்போது இந்த தஃப்தான் மக்களைக் காப்பாற்றியது. பாபா தன் பறையை முழக்கியவுடன் வெள்ளம் வடிய ஆரம்பித்தது. இந்நிகழ்ச்சி பற்றி 'தஃப்லே ஆலம் நத்தரியா' என்ற நூலில் கூறப்பட்டுள்ளது. இன்னொருமுறை திருச்சி காவேரியில் வெள்ளப்பெருக்கு ஏற்பட்டபோதும் பாபா ஒரு குச்சியை எடுத்து ஒரு பாறையின்மீது அடிக்கவும் வெள்ளம் வடிந்தது.

2

ஆட்சியை விரும்பாத மாட்சி

இளவல் நத்ஹர் முதஹ்ஹருத்தீனுக்கு இருபத்தைந்து வயது ஆகிவிட்டிருந்தது. இளமை உடலில் கோலோச்சிக் கொண்டிருந்தது. ஆனால் மனதில் மட்டும் இளம் வயதினருக்குரிய எந்த ஆசையும் எழவில்லை. திமிஷ்க் நகரின் பிரதானப் பள்ளிவாசலில் நின்றுகொண்டிருந்தார்.

உலகின் நான்காவது அதிசயம் என்று புகழப்படும் பள்ளிவாசல் அது. அதன் பெயர் மஸ்ஜிதே உமய்யா அல்லது அல் உமர் மஸ்ஜித். ஹஸ்ரத் கலீஃபா உமர் அவர்களால் நிர்மாணிக்கப் பட்டது. ஏழாம் நூற்றாண்டில் தொடங்கி எட்டாம் நூற்றாண்டில் முடிக்கப்பட்ட பிரம்மாண்டமான பள்ளிவாசல். உலகப்புகழ் பெற்ற அமெரிக்க எழுத்தாளரான மார்க் ட்வைனால் 'கிழக்கின் முத்து' என்று வர்ணிக்கப்பட்ட உமய்யா பள்ளிவாசல். யூட்யூபில் இந்தப் பிரம்மாண்டமான பள்ளிவாசலைப் பார்ப்பது கண்களுக்கு நல்ல விருந்தாகும்.

பாபாவின் நாட்டம் அரசாள்வதில் இல்லை. அவர்கள் அமைதியை நாடினார்கள். அல்லாஹ்வை நாடினார்கள். ஆன்மிகப் பாதையை விரும்பினார்கள். என்ன செய்யலாம் என்று யோசித்தார்கள். மனிதனால் என்ன செய்துவிடமுடியும்?

இறைவன் நாடியதுதானே நடக்கும்? எனவே இறைவனிடமே விண்ணப்பித்து விடலாம் என்ற முடிவோடு நள்ளிரவில், உலகமே உறங்கிக்கொண்டிருந்த வேளை, அவர்கள் மட்டும் உறங்காமல், உமய்யா மஸ்ஜிதுக்குப்போனார்கள்.

'ரப்பி, ஜித்னி இல்மா' (இறைவா, என் அறிவை விசாலமாக்கு) என்ற இறைவசனத்தை (20:114) அவரது உதடுகள் முணுமுணுத்துக்கொண்டிருந்தது. அப்பள்ளிவாசலைச் சுற்றிப் பேரீச்ச மரங்களும், அத்தி மரங்களும், ஆப்பிள் மரங்களும் நிறைந்திருந்தன. எல்லாமாகச் சேர்ந்த சுகந்தமானதொரு நறுமணம் காற்றில் கமழ்ந்துகொண்டே இருந்தது. அங்குச் செல்லும் அனைவரையும் ஒருவித ஆழமான அமைதியிலும் ஆன்மிக மயக்கத்திலும் அந்தச் சூழல் ஆழ்த்தியது.

நத்ஹர் அவர்களின் தந்தையார் அஹ்மத் கபீர் அவர்கள் இறந்து அன்றோடு பதினெட்டு ஆண்டுகளாகி விட்டிருந்தன. அவர் ஆட்சி செய்தது பத்தாண்டுகள்தான். அக்காலகட்டம் அமைதி யானதாக இருந்தாலும் ஃபாத்திமிகள் எனப்பட்டவர்கள் ஏற்படுத்திய குழப்பத்தால் இஸ்லாமிய உலகம் கொஞ்சம் அமைதியை இழந்துதான் இருந்தது.

அன்னை ஃபாத்திமாவின் வழித்தோன்றல்கள் என்று தங்களைக் கூறிக்கொண்ட ஃபாத்திமிகள் குழப்பத்தை ஏற்படுத்தினர். தீவிர ஷியாக்களான ஃபாத்திமிகள் திருமறைக்கு தான்தோன்றித் தனமாக விளக்கங்களைக் கூறிக்கொண்டிருந்தார்கள். அலெப்போ, பெய்ரூத் மற்றும் ஜெருசலத்திலிருந்த முஸ்லிம்களுக்குப் புனிதமான பைத்துல் முகத்தஸ் ஆகிய பகுதிகள் அவர்கள் கைவசம் சென்றன. சிரியா மட்டும்தான் பாக்கியிருந்தது. அது நத்ஹர் அவர்களின் தந்தையார் அரசர் சையத் அஹ்மத் கபீரின் வசம் இருந்தது. ஆனால் திடீரென அவர் மறைந்ததால் தந்தையின் இடத்தில் இளவல் நத்ஹர் முதஹ்ஹருத்தீன் ஆட்சிபுரிய வேண்டியிருந்தது.

தந்தை இறந்தபிறகு அவ்வளவாக விருப்பமில்லாமல்தான் ஆட்சிப்பொறுப்புக்கு நத்ஹர் வந்தார்கள். கிட்டத்தட்ட பதினெட்டு ஆண்டுகள் நல்லாட்சியும் புரிந்தாயிற்று. பதினைந்து ஆண்டுகள்தான் என்று 'வலிமார்கள் வரலாறு' பாகம் - 2-ல் சொல்லப்பட்டுள்ளது. மிகச்சரியாக எத்தனை ஆண்டுகள் ஆட்சி செய்தார்கள் என்பது முக்கியமில்லை. ஒரு கட்டத்தில் ஆன்மிக

நாட்டம் மிகுந்து ஆட்சியைத் துறந்துசெல்ல முடிவெடுத்து, அதன்படி செயலாற்றினார்கள் என்பதுதான் நமக்கு முக்கியம்.

மந்திரிகளையும் இன்னும் மூத்தவர்களையும் கலந்தாலோசித்து அவர்கள் எடுத்த முடிவினால் ஃபாத்திமிகள் வசம் போகாமல் சிரியா காப்பாற்றப்பட்டு வந்தது. அப்பாஸிய கிலாஃபத்தின் (அரசாட்சியின்) சிற்றரசாகவே அது நீடித்தது. நபிகள் நாயகம் அவர்களின் சிற்றப்பா அப்பாஸ் அவர்களின் பெயரால் உருவான அப்பாஸிய சாம்ராஜ்ஜியம் நபிகள் நாயகம் அவர்களுக்குப் பின்வந்த மூன்றாவது சாம்ராஜ்ஜியமாகும். பாக்தாத் என்ற உலகின் மிக முக்கியமான அழகிய நகரை உருவாக்கிய பெருமையும் அப்பாஸியாக்களையே சாரும்.

தொடர்ந்து மன்னராகவே இருக்க நத்ஹர் அவர்களின் மனம் விரும்பவில்லை. தனிமை வாழ்க்கை, ஞான வாழ்க்கை வாழவே அவர்களது உள்ளம் விரும்பியது. ஆனாலும் தன் அறிவைக்கொண்டு ஒரு முடிவுக்கு வர அவர்களால் முடிய வில்லை. அல்லது முயலவில்லை. பள்ளிவாசலில் இறைவனைத் தொழுது ஒரு நல்ல முடிவைத் தரும்படி வேண்டினார்கள்.

ஒரு நல்ல முடிவை வேண்டி நூறு ரக்'அத் தொழுததாகச் சொல்லப்படுகிறது. இரண்டு ரக்'அத் என்பது தொழுகையின் ஆகக்குறைந்த செயல்பாடு. அவ்விதம் ஐம்பதுமுறை செய்திருக்கிறார்கள். இப்படிப்பட்ட உபரித்தொழுகைகளை 'நஃபில்' தொழுகை என்று சொல்வார்கள். இவ்விதம் நூறு ரக்'அத் நஃபில் தொழுது முடித்துவிட்டு அங்கேயே அப்படியே உறங்கிப்போனார்கள்.

அப்போது அவர்களது கனவில் நபிகள் பெருமானார் தோன்றி, 'மகனே, பதினெட்டு ஆண்டுகள் நீங்கள் ஆட்சி செய்தது போதும். நீங்கள் நமது புனிதக்குருதியில் உதித்த மைந்தர். உங்களது பெயரால் நிரந்தர ஆன்மிக ஆட்சி இந்தியாவின் தென்புலத்தில் திரிசிரபுரம் என்னும் நகரிலிருந்து யுகமுடிவு காலம்வரை நடக்க வேண்டிய அவசியம் உள்ளது. அன்பு மகனே, மதினாவுக்கு வாருங்கள்' என்று உத்தரவு கொடுத்துவிட்டு மறைந்தார்கள்.

உடலின் ஆட்சி முடிவடைந்து உள்ளத்தின் ஆட்சி தொடங்க இருந்தது. அரசாட்சி முடிந்து ஆன்மிக ஆட்சி தொடங்க உத்தரவு கிடைத்துவிட்டது. அதுவும் திரிசிரபுரம் என்று அந்தக் காலத்தில்

அறியப்பட்ட திருச்சிராப்பள்ளியில்! திருநபியின் ஆசியுடன் திருச்சியில் ஆன்மிகப் பணியாற்ற வேண்டிய காலம் கனிந்துகொண்டிருந்தது.

பாட்டனாரைக் கனவில் கண்டதை யாரிடமும் சொல்லாமல், ஹஜ்ஜு செய்யவேண்டும் என்று மட்டும் நத்ஹர் சொன்னார்கள். உடனே அரசகுடும்பம் மகிழ்வுற்று அதற்கான ஏற்பாடுகளைச் செய்தன. தாயார் ஃபத்ஹுன்னிசா, தம்பி ஜலாலுத்தீன் ஆகியோரோடு படை பரிவாரங்கள் சூழ ஹஜ்ஜை நிறைவேற்ற மக்கா நோக்கிச் சென்றார்கள் அரசர் நத்ஹர் முதஹ்ஹருத்தீன்.

ஆட்சிப்பொறுப்பைத் திவான் என்று சொல்லப்பட்ட பிரதம அமைச்சரிடம் ஒப்படைத்துவிட்டு, சுமார் இருநூறு படைவீரர்கள் தொடர, ஹஜ்ஜு செய்யும் மாதமான துல்ஹஜ் மாதத்துக்கு இரண்டு மாதங்களுக்கு முன்பே குதிரைகளிலும் கோவேறு கழுதைகளில் சவாரி செய்தவண்ணம் ஜோர்டானின் தலைநகரமான அம்மானுக்குப் போய்ச்சேர்ந்தார்கள். அங்கே கொஞ்ச நாள் ஓய்வெடுத்துக்கொண்டபிறகு மீண்டும் கிளம்பி ஒருமாத காலத்தில் மதினா நகருக்குப் போய்ச்சேர்ந்தார்கள். அங்கே ஒருவாரம் தங்கிவிட்டு பின்பு புனித மக்கா சென்றார்கள். ஹஜ்ஜுக் கடமைகளையெல்லாம் முடித்துவிட்டு மீண்டும் மதினா திரும்பினார்கள்.

மதினாவில் ஒருவாரம் தங்கிய பிறகு ஒருநாள் கருக்கலில் நபிகள் நாயகம் அவர்களின் அடக்கஸ்தல அறையிலிருந்து அரசர் முதஹ்ஹருத்தீன் வெளியேறினார்கள். அப்போது விடிந்து வெளிச்சம் வந்திருக்கவில்லை என்பதால் யாரும் கவனிக்க வில்லை. பெரும்பாலானோர் உறக்கத்தில் இருந்த நேரம் அது.

'ஃபஜ்ர்' எனப்படும் அதிகாலத் தொழுகையைத் தொழுது முடித்த அன்னை மகனைக் காணாததை உணர்ந்தார். முன்னிரவிலிருந்தே அவரைக் காணவில்லை என்று அன்னையார் சொன்ன பின்தான் கூடவந்தவர்கள் உஷாராயினர். மதினா நகர் முழுவதும் அரசவை ஆட்கள் ஓடியாடித் தேடினார்கள். ஆனால் எங்குத் தேடியும் அரசர் நத்ஹரைக் காணமுடியவில்லை.

மாலை நேரமும் வந்தது. ஆனால் மைந்தரைக் காணவில்லை. ஷாம் தேசத்து அரசர் எங்கே? சையத் அஹ்மத் கபீரின் மைந்தர்

எங்கே? என்பதுபோன்ற கேள்விகளுக்கு விடை கிடைக்காமல் போனது. அன்னை ஃபத்ஹுன்னிசாவும் தம்பி சையத் ஜலாலுத்தீனும் சோர்ந்து படுக்கையில் சாய்ந்தார்கள்.

மக்ரிப் எனும் மாலை நேரத்தொழுகைக்கான அழைப்பொலி கேட்டதும், தொழுவதற்காக எழுந்து படுத்திருந்த பாயை அன்னை சுருட்டியதும் பாயின் கீழே ஒரு கடிதம் இருந்தது. அதைப் பிரித்தபோது அது சொன்னது:

அன்பு அன்னையே,

உங்களையும் அன்புத்தம்பியையும், தளபதிகளையும், படை வீரர்களையும், இன்னும் அனைவரையும் வருத்தத்திற்குள்ளாக்கி நான் பிரிந்துபோவது பற்றி வருந்துகிறேன்.

இன்று பின்னிரவில் அண்ணலெம்பெருமான் என் கனவில் வந்தார்கள். 'யா முதஹ்ஹருத்தீன், ஆட்சிப்பொறுப்பை உம் சகோதரரிடம் ஒப்படைத்துவிட்டு, கிழக்கே பாரசீகத்தில் உள்ள ஹுர்முஸ் நகருக்குச்சென்று, மெய்ப்பொருளை உணர்த்தும், ஆன்மிக ஞானம் வழங்கக் காத்திருக்கும் குருநாதரிடம் சரண் புகுந்து அவர் பாதம் பணிவீராக' என்று உத்தரவிட்டார்கள்.

எனவே அன்னையே, பாட்டனார் உத்தரவுப்படி, நான் இறைவனைத் தேடிப் புறப்பட்டுவிட்டேன். என்னை யாரும் தேடவேண்டாம். என் பாதுகாப்புக்கு என்னைப் படைத்த நாயன் போதுமானவன். என் அருமைத்தம்பி ஜலாலுத்தீனை அரசராக்குங்கள் என அமைச்சர்களையும் நாட்டு மக்களையும் கேட்டுக்கொள்கிறேன்.

நான் நிச்சயம் ஒருநாள் உங்களிடம் திரும்பி வருவேன். இப்போதைக்கு என்னோடு வந்த அனைவரும் சிரியா திரும்பி மக்களிடம் என் முடிவை எடுத்துக்கூறுங்கள்.

இங்ஙனம்,

சையத் முதஹ்ஹருத்தீன்.

என்று அக்கடிதம் முடிந்திருந்தது. அத்துடன் ஒரு ஞானியின் ராஜ வாழ்வும் முடிந்துவிட்டிருந்தது.

தனக்கு நாடாளும் விருப்பம் இல்லை, ஆண்டவரை போதும், இனி நீ பார்த்துக்கொள் என்று ஏற்கெனவே தம்பியிடம்

கூறியிருந்தார்கள். அதேபோலத் தன் அன்னையிடமும் சென்று, ‘அம்மா, நீங்கள் எனக்கு ஊட்டி வளர்த்த தாய்ப்பாலுக்கான கடமையை நான் இன்னும் சரிவர ஆற்றவில்லை. ஆனால் இவ்வுலக வாழ்க்கை எனக்கு வெறுத்துவிட்டது. நீங்கள் எனக்குக் கொடுத்த பாலை தர்மம் செய்துவிட்டதாகக் கூறி என்னை ஆசீர்வதித்து, அல்லாஹ்வின் பாதையில் அனுப்பி வையுங்கள்’ என்று அன்னையிடமும் முன்கூட்டியே கூறிய தாகவும் சில வாழ்க்கை வரலாற்று நூல்களில் எழுதப் பட்டுள்ளன.

எது எப்படியோ, சிரியா திரும்பிய தஃப்லே ஆலம் அவர்களின் தாயான அரசியார் ஃபத்ஹுன்னிஸா நடந்தவற்றையெல்லாம் மக்களிடம் எடுத்துக் கூறினார்கள். அஹ்மத் கபீரின் கனவில் நபிகள் நாயகம் அவர்கள் வந்து, ‘அஹ்மத் கபீர், கவலைப் படவேண்டாம். இதனை உண்ணுங்கள். உங்களுக்கு ஓர் ஆண் குழந்தை பிறக்கும். அவர் ‘குத்பு’ என்ற அந்தஸ்தைப்பெறுவார். இந்தப் பழத்தில் எத்தனை சுளைகள் உள்ளனவோ அத்தனை சீடர்களை அவர் பெறுவார். அவர்களும் ஞானிகளாகவே இருப்பார்கள்’ என்று சொல்லி ஒரு மாதுளம் பழத்தைக் கொடுத்தார்கள். அதுவரை அப்படியொரு சுவையான மாதுளம் பழத்தைத் தன் வாழ்நாளில் அஹ்மது கபீர் உண்டதில்லை. அது என்ன பூமியில் விளைந்த பழமா?! சுவனப் பழமல்லவா?! அப்பழத்தை உண்டதன் பின்னர் பிறந்த அருள் பாலிக்கப்பட்ட குழந்தையல்லவா முதஹ்ஹருத்தீன்?!

நத்ஹர் வலி என்ற புகழ்ப்பெயருடைய முதஹ்ஹருத்தீன் அவர்கள் பிறந்தது ஹிஜ்ரி 347ம் ஆண்டு, துல்ஹஜ் மாதம் இரண்டாம் நாள் (14.02.952). குழந்தை பிறந்ததும் தகப்பனார் அஹ்மத் கபீர் அவர்கள் இரண்டு ரக்’அத் நஃபில் (கடமையல்லாத தொழுகை) தொழுது இறைவனுக்கு நன்றி செலுத்தினார்கள். தனது நாற்பத்தைந்தாம் வயதுவரை அவருக்குக் குழந்தைப் பாக்கியம் இல்லாமல்தான் இருந்தது. நபிகள் நாயகம் கனவில் தோன்றி முன்னறிவிப்பு செய்து, மாதுளம்பழமும் கொடுத்து, அதை உண்ட பின்னர்தான் நத்ஹர் வலி பிறந்தார்கள்.

நபிகளார் சொன்னபடிதான் நத்ஹர் வலி அவர்களைத் தான் கருவுற்றதாகவும், அந்தக் காலகட்டத்தில் நபிகளாரின்

மருமகனான சையதினா அலீயவர்களும் தன் கனவில் வந்து, 'உமது மைந்தர் உலகம் போற்றும் இறைநேசராகவும் குத்பாகவும் விளங்குவார்' என்று சொல்லிச் சென்றதையும் அரசியார் மக்களிடம் கூறினார்.

'குத்பு' என்பது முஸ்லிம் ஞானிகளில் மிக உயர்ந்த அந்தஸ்தை அடைந்தவர்களைக் குறிக்கும் சொல்லாகும். அந்தப் பாக்கியம் ஞானிகள் உலகில் வெகு சிலருக்கே வாய்த்தது.

முதஹ்ஹருத்தீனின் தாயாரான அரசியார் மேலும் சில தகவல்களை மக்களுக்கு எடுத்துரைத்தார்கள். நத்ஹர்வலியைத் தான் கருவுற்றிருந்த காலகட்டத்தில் நிகழ்ந்த சில அற்புதங்களைப்பற்றியும் அப்போது எடுத்துரைத்தார்கள்.

குழந்தைப்பருவ அற்புதங்கள்

'ஒருமுறை ஃபஜ்ரு (எனப்படும் அதிகாலை) தொழுகைக்காக நான் எழுந்தபோது அடித்த காற்றில் விளக்குகள் எல்லாம் அணைந்து போயின. அப்போது என் கண்முன் ஓர் ஒளி தோன்றியது. அவ்வொளியைக்கொண்டு யாரோ ஒரு சிறுவர் விளக்கை ஏற்றுவதைக் கண்டேன். பின் அவர் என்னை நோக்கி, 'நானே உங்கள் கருவில் உள்ள மகன்' என்று கூறி மறைந்தார்.

'மீண்டும் ஒருநாள் நான் திருமறையை ஓதிக்கொண்டிருந்தேன். அப்போது ஒரு வாக்கியத்தைப் பிழையாக ஓதிவிட்டேன். உடனே என் வயிற்றுக்குள்ளிருந்து, 'அம்மா அதை அப்படி ஓதக்கூடாது; இப்படி ஓதவேண்டும்' என்று சொல்லி என் குழந்தையின் குரல் திருத்தி ஓதிக்காட்டியது!

'என் மகன் ஒருவயதுக் குழந்தையாக இருந்தபோது நம் அரண்மனையில் ஊழியம் செய்துகொண்டிருந்த ஓர் ஊமைப் பெண் முதஹ்ஹருத்தீனை எடுத்து முத்தமிட்டார். அப்போது குழந்தையின் வாயின் எச்சில் அப்பெண்ணின் வாயில் பட்டது. உடனே அந்த ஊமைப்பெண் பேச ஆரம்பித்துவிட்டாள்'.

'முதஹ்ஹருத்தீனுக்கு ஐந்து வயதிருக்கும்போது தமூது என்ற யூதர் ஒருவர் வந்தார். தன் மகன் குருடனாக இருப்பதாகவும் அவனுக்காக என் மகன் துஆ செய்யவேண்டும் என்றும் கேட்டுக்கொண்டார். என் மகன் உடனே தன் உமிழ்நீரை அந்தச்

சிறுவனின் கண்ணில் தடவ, உடனே அந்தச் சிறுவனுக்குப் பார்வை வந்தது'.

'பல நாட்கள் நத்ஹர் படுக்கையிலிருந்து திடீரென்று காணாமல் போய்விடுவார். திரும்பி வரும்போது கேட்டால், உலகின் பல பாகங்களுக்கும் சென்று பார்த்து வந்ததாகக் கூறுவார்'.

'எனவே அவர் பிரிவை எண்ணி யாரும் வேதனைப்பட வேண்டாம். அவர் ஆண்டவனை அடைகின்ற நோக்கத்துடன் ஹுர்முஸ் நகருக்குத் தன் ஆன்மிக குருவைத் தேடிச் சென்று விட்டார். ஆயிரக்கணக்கான மைல்களுக்கு அப்பால் சென்று விட்ட அவருக்காக நாம் இறைவனிடம் துஆ செய்வோம்'.

'இந்த திமிஷ்க்மா நகருக்கு இவ்வுலகில் வேறு எந்த நகருக்கும் இல்லாத தனிச்சிறப்பு உண்டு. தன் இளமைக் காலத்தில் வியாபார நிமித்தமாக இங்கு வந்து பெருமானார் அவர்கள், 'நான் சுவர்க்கத்துக்குள் ஒருமுறைதான் நுழைய விரும்புகிறேன். எனவே இந்த நகருக்குள் இப்போது நான் புக விரும்பவில்லை' என்று கூறிச்சென்றார்களாம். எனவே பூவுலகின் சொர்க்கம் என்று இந்நகருக்கு ஒரு தனிப்பெருமையுண்டு.'

'ஒருவேளை பெருமானார் நுழைய விரும்பாத நகருக்குள் தானும் திரும்பி வர விரும்பாமல் சென்றுவிட்டாரோ என் மைந்தர் என்று இப்போது தோன்றுகிறது எனக்கு' என்று சொல்லி ராஜ மாதா அழுதபோது கேட்டுக்கொண்டிருந்த தளபதிகள், மந்திரிகள், சேவகர்கள், பொதுமக்கள் என அனைவர் கண்களும் நனைந்தன. அதேநேரத்தில், இளைஞர் நத்ஹர் முதஹ்ஹருத்தீன் ஆயிரம் மைல்களுக்கு அப்பால் பாலைவனங்களையும் வனாந்திரங் களையும் கடந்து குதிரையின் மீதேறி ஹுர்முஸ் நகரை நோக்கிச் சென்றுகொண்டிருந்தார்கள்.

3

கொதிக்கும் எண்ணெய்க் கொப்பரையும் குருநாதரும்...

‘**பா**லைவனம் என்பது மர்மங்கள் நிறைந்த பூமியாகும். அது மனிதர்களுக்கு அச்சமூட்டுகிறது. முடிவே இல்லாததுபோன்ற மணல்வெளியைப் பார்ப்பவர்கள் வியந்து பயந்து நிற்கின்றனர். பாலைவனத்திலிருந்து எழும் அழைப்புக் குரல் ஆண்டவனின் குரலாகும் என்று ஞானிகள் கூறுகிறார்கள்’ என்று கூறுகிறார் ‘பேரின்ப சாகரம் திருச்சி தப்லே ஆலம் பாதுஷா நத்தஹர் ஒலி (ரஹ்)’ என்ற நூலின் ஆசிரியர் ஹைதர் அலீ யகீனுல்லாஷா.

மிகவும் பொருத்தமான கவித்துவம் மிக்க வார்த்தைகள். எனவே அதை நான் இங்கே மேற்கோளாகக்கொண்டு இந்த அத்தியாயத்தைத் துவக்குகிறேன். மூஸா (மோசஸ்) ஈஸா (ஜீசஸ்), நபிகள் நாயகம் போன்ற எல்லா முக்கியமான இறைத்தூதர்களும் பாலைவனம் அல்லது வனாந்தரத்தின் தனிமையில்தான் இறைவனை உணர்ந்துகொள்ளும் வாய்ப்புக் கிடைத்தது வரலாறு. அதன் தொடர்ச்சியாகவோ என்னவோ இப்போது முதஹ்ஹருத்தீன் அவர்களும் பாலையைக் கடந்து ஹுர்முஸ் என்ற ஊரை நோக்கிச் சென்றுகொண்டிருந்தார்கள்.

| 25 |

ஹுர்முஸ் அல்லது ஹொர்முஸ் என்பது ஈரான் நாட்டிலுள்ள ஒரு நகரம் என்றும், மதினாவிலிருந்து கிட்டத்தட்ட 1800 கிமீ தூரமுள்ளது என்றும் இணையம் கூறுகிறது. அப்படியானால் அந்தக் காலத்தில் குதிரையில் பயணம் செய்து அதைக் கடக்க வேண்டுமென்றால் எப்படி இருந்திருக்கும் என்பதை யூகிக்கலாம்.

ஆனால் அரேபியக் குதிரையொன்றில் பயணம் செய்த முதஹ்ஹருத்தீன் அவர்கள் பத்து நாட்களில் ஈராக் நாட்டின் உலகப் புகழ்பெற்ற பஸரா நகரை அடைந்தார்கள். பயணத்துக்கு உதவும் வகையில் கொஞ்சம் தங்க நாணயங்களும் கைவசம் இருந்தன. பஸரா என்றாலே நினைவுக்கு வருவது சூஃபி ஞானிகளான ராபியா பஸரியும் ஹஸன் பஸரியும்தான். எனவே ஆன்மிகத்தில் ஏற்கெனவே சிகரம் தொட்டிருந்த ஒரு மாநகருக்கு முதஹ்ஹருத்தீன்முதலில் சென்றார்கள். அங்கே பழமை வாய்ந்த மஸ்ஜித் அலீ என்ற பள்ளிவாசலில் தங்கினார்கள்.

ஆளரவமற்ற அந்தப் பள்ளிவாசலின் வெளித்தாழ்வாரத்தில் களைப்பு மிகுதியால் அந்தப் பிற்பகல் நேரத்தில் சற்று உறங்கி விட்டார்கள். அப்போது ஒரு காட்சி தோன்றியது. அவர்கள் மார்பைப் பிளந்துகொண்டு இதயம் வெளியில் வந்து விழுந்தது. ஆனால் ஒளிர்ந்துகொண்டே விழுந்தது. அதற்குள்ளிருந்து ‘அனல்லாஹ்’ (நானே இறைவன்) என்றொரு குரலும் ஒலித்தது! திடுக்கிட்டு எழுந்த அக்கணமே அக்காட்சி நீங்கியது. ஆனால் அதிலிருந்து அகத்தில் உறையும் ஆண்டவனை எப்படி அறிந்துகொள்வது என்ற கேள்வி முதஹ்ஹருத்தீனின் மனதைத் துளைக்க ஆரம்பித்தது.

அப்போது பள்ளிவாசலின் உள்மண்டபத்தில் ஒரு பெரியார் தன் சீடர்களுடன் அமர்ந்து ஏதோ சொல்லிக் கொண்டிருந்தார். அவர் மனிதனின் இதயத்தைப் பற்றியும் இச்சையைப் பற்றியும்தான் பேசிக்கொண்டிருந்தார். ‘நஃப்ஸ்’ எனப்படும் சுயமானது என்னென்ன நிலைகளில் இருக்கும், அதை எப்படியெல்லாம் சுத்தப்படுத்தி, மேன்மைப்படுத்தி இறுதிநிலையான ‘நஃப்ஸ் காமிலா’ எனும் பரிபூரணமடைந்த சுயத்தை உண்டாக்குவது எப்படி என்று பேசிக்கொண்டிருந்தார். அதைக் கேட்ட முதஹ்ஹருத்தீன் உடனே குதிரையின் மீதேறி, ஹுர்முஸ் நகரை நோக்கி அதைச் செலுத்தினார்கள்.

என் குரு இருக்கும் இடம்தான் என் மக்கா என்று கூறிக்கொண்டு, ‘லப்பைக்’ என்ற முழக்கத்துடன் புரவியை விரட்டினார்கள். அதைக் கேட்ட அந்தச் சீடர்கள் மேற்கே இருக்கும் மக்காவை விட்டுவிட்டு கிழக்குப் பக்கமாக ‘தல்பியா’ சொல்லிக்கொண்டு செல்லும் இவர் மனநிலை சரியில்லாதவரோ என்று நினைத்தார்கள். (’தல்பியா’ என்பது மக்காவை அடைந்த புனிதப்பயணிகள் ‘லப்பைக், அல்லாஹு¬ம்ம லப்பைக்’ -- வந்துவிட்டேன், அல்லாஹ் உன் இடத்துக்கு வந்துவிட்டேன் -- என்று முழக்கமிடுவதாகும்). குரு இருக்கும் இடம்தான் ஒரு சீடருக்கு மக்காவாகும் என்பது அவர்களுக்குப் புரியவில்லை.

குதிரையின் மீதேறிச் சென்ற முதஹ்ஹருத்தீன் அவ்வப்போது, யா ஷெய்ஹ், யா ஷெய்ஹ் (ஓ, என் குருவே, குருவே) என்று உரக்கச் சொல்லிக்கொண்டே சென்றார்கள். குருவைக் காணப் போகிறோம் என்ற நினைப்பும், ஆசையும் அவர்களை அவ்வாறு புலம்பிட வைத்தது என்றுதான் சொல்லவேண்டும்.

யூஃப்ரடீஸ், டைக்ரிஸ் ஆகிய இரண்டு நதிகளும் ஒன்று சேரும் இடத்தில் சுமார் 200 கிலோமீட்டர் நீளத்துக்கு ஓடிக் கொண்டிருந்த ஷத்-அல்-அரப் என்ற நதியையும் படகின் உதவியுடன் அவர்கள் கடந்தார்கள். ஈரான் நாட்டின் அபதான் நெடுஞ்சாலைக்குப் போய்ச்சேர்ந்தார்கள்.

வழியில் இரவாகி விட்டதால் பாபிலோன் நகரின் பாழடைந்த ஒரு கோட்டையில் அன்றிரவு தங்கியிருந்தபோது திடீரென்று நள்ளிரவில் ஒளி பொருந்தியதோர் உருவம் தோன்றியது. ‘நான்தான் உங்கள் குருவாவேன். என் பெயர் ஷெய்கு அலீ. பெருமானாரின் உத்தரவுப்படி ஹு¬ர்முஸ் நகருக்கு வந்து என்னைச் சந்தியுங்கள்’ என்று கூறி மறைந்தது அந்த ஒளியுருவம். உடனே மீண்டும் குதிரையில் ஏறி ஹு¬ர்முஸ் நகரை நோக்கி பாபா விரைந்தார்கள்.

இரவு முழுவதும் குதிரையில் பயணித்து விடியலில் ஈரானில் இருந்த அபதான் என்ற ஊருக்கு வந்து அங்கு ஒருநாள் ஓய்வெடுத்தார்கள். பின்னர் விசாரித்துக்கொண்டே சிராஜ், பஷர் ஆகிய நகரங்களைக் கடந்து கடைசியாக ஹு¬ர்முஸ் நகரை வந்தடைந்தார்கள். அது மலையடிவாரத்தில் இருந்தது. ஆனாலும் ஒரு வனப்பிரதேசம்போல இருந்தது.

குதிரைமீது அரச உடையணிந்து வந்த அவர்களைப் பலர், 'யார் நீங்கள்' எந்த ஊர்?' என்றெல்லாம் விசாரிக்க ஆரம்பித்தார்கள்.

'நான் ஷெய்கு அலீ அவர்களை நாடி வந்திருக்கிறேன்' என்று சொன்னதைக் கேட்டு அவர்கள் நகைத்தார்கள். 'அவரிடம் ஞானதீட்சை பெறவந்தீர்களா? ஐயோ பாவம்!' என்று சிலர் கிண்டல் செய்தார்கள். என்றாலும் அவர்கள் காட்டிய பாதையில் சென்று ஷெய்கு அலீயின் இல்லத்தைச் சென்றடைந்தார்கள்.

அந்த வீட்டினுள்ளே சீடர்களைப் போலத்தோன்றிய சிலர் நின்றுகொண்டிருந்தார்கள். ஓர் எண்ணெய்க் கொப்பரையில் ஜிலேபிகளைச் சுட்டு ஒரு பெரியவர் அடுக்கிக் கொண்டிருந்தார். அவர் பின்னால் போய் நத்ஹர் நின்றுகொண்டார்கள். தன் இரு கைகளையும் தொப்புளில் இணைத்துக்கொண்டு தொழுகையில் நிற்பதுபோல பவ்யமாக நின்றுகொண்டு ஓர் அரபிக் கவிதையொன்றைக் கூறினார்கள். ஆனால் ஷைகு அலீ எதற்கும் திரும்பிப் பார்ப்பதாக இல்லை.அவருக்கு இப்ராஹீம் என்றும் ஒரு பெயர் இருந்ததாகச் சொல்லப்படுகிறது.

'யாரஸூலல்லாஹ், கிருபை கூர்ந்து என் மீது உங்கள் கருணைப் பார்வையைத் திருப்புவீர்களா?' என்று திரும்பத் திரும்பக் கேட்டார்கள்.

சில தடவைகள் அப்படிக் கேட்ட பிறகு குரு திரும்பினார். மழிக்கப்பட்ட தலை. புருவங்கள்கூட மழிக்கப்பட்டிருந்தன. பஸராவில் இருந்தபோது தோன்றி தொல்லை கொடுத்த அரக்கனை வெட்டி வீழ்த்திய ஜோதி உருவம்!

'நீர் அதிகம் பேசுகிறீர். குருநாதர்தான் சீடருக்கு ரஸூல் மாதிரி என்று தெரிந்துவிட்டதா? நல்லது. இந்தக் கொப்பரைக்குள் கையை விட்டு ஜிலேபிகளை எடும்' என்று சொல்லி தன் கையை கொதிக்கும் எண்ணெய்க் கொப்பரைக்குள் விட்டு ஜிலேபி ஒன்றை எடுத்து வெளியில் வைத்தார்.

'உம் எடும். என்னிடம் ஞானதீட்சை பெற்றுக்கொள்ள வருபவர்களுக்கு இதுதான் முதல் பரீட்சை' என்றார் அவர். அவர் சொன்னதைக்கேட்க முதலில் நத்ஹர் அவர்களுக்கு அதிர்ச்சியாக இருந்தது. ஆனால் ஒரேகணத்தில் அந்த அதிர்ச்சியை ஓரங்கட்டிவிட்டு, குருவின் காலில் விழுந்து மரியாதை செய்துவிட்டு தன் கையைக் கொதிக்கும் எண்ணெய்க்

கொப்பரைக்குள் விட்டுத் துழாவி ஒவ்வொரு ஜிலேபியாக வெளியில் எடுத்து அடுக்கி வைத்தார்கள்.

அங்கே நின்றுகொண்டிருந்த பல சீடர்கள் அக்காட்சியைக்கண்டு பதறி, ஆனால் அதிசயித்து நின்றார்கள். சீடராக வேண்டி வருபவர்களிடம் அந்தக் குரு கடுமையாக நடந்துகொள்ளுவார் என்று அவர்களுக்கும் தெரியும். ஆனால் இதுவரை யாரையும் கொதிக்கும் எண்ணெய்க் கொப்பரைக்குள் கையை விட்டு எதையும் எடுக்கச் சொன்னதில்லை! அப்படியொரு பயங்கரமான சோதனை எந்தச் சீடருக்கும் நடந்ததை அவர்கள் இதுவரை பார்த்ததில்லை, கேள்விப்பட்டதும் இல்லை. அச்சத்துடனும் ஆச்சரியத்துடனும் அவர்கள் வியந்து பார்த்துக் கொண்டிருந்தார்கள்.

'கொதித்துக்கொண்டிருந்த கொப்பரை நீருக்குள் குதித்துக் குளித்துத் தூய்மை பெற்றவராக எழுந்து வாருங்கள். அதன்பின் அகத்தூய்மை, ஆன்மிகத் தூய்மை பெறுவதற்கான வழிவகை செய்யலாம்' என்று குரு சொன்னதாக வேறு சில வரலாற்று நூல்களில் பதியப்பட்டுள்ளது. அப்படிச்செய்தவர்களும் சிலர் அங்கே இருக்கத்தான் செய்தனர். பாபா அவர்களும் அப்படியே செய்து குருவிடம் தஞ்சம் புகுந்தார்கள் என்றும் சொல்லப்பட்டுள்ளது. அப்படிச் செய்யும்போது, 'யா அலீ' என்று சொல்லிக்கொண்டே செய்தார்கள் என்றே வரலாற்று நூல்கள் கூறுகின்றன.

கடந்த கால மற்றும் நிகழ்கால இஸ்லாமிய வரலாற்றில், பாரம்பரியத்தில், 'யா அலீ' என்ற அழைப்புக்கு ஒரு முக்கியத்துவம் உண்டு. ஹஸ்ரத் அலீ அவர்கள் நபிகள் நாயகம் அவர்களின் மருமகன். பெரிய தந்தை அபூதாலிபின் மகன். மாவீரர். எட்டுப் பேரால்கூட அசைக்க முடியாத கைபர் கோட்டையின் ராட்சசக் கதவை ஒரே ஆளாக உடைத்து எறிந்தவர். அப்த் உத் என்ற மாவீரரை அகழ்ப்போரில் ஒரே வாள்வீச்சில் வெட்டி வீழ்த்தியவர்.

அதுமட்டுமல்ல. 'நான் ஞானத்தின் பட்டணம் என்றால், அலீ அதன் தலைவாயில்' என்று நபிகள் நாயகம் சொன்னது உலகப் பிரசித்தி பெற்ற ஒரு வாக்கியமாகும். ஹஸ்ரத் அலீ அவர்களைப்பற்றி, 'ஞானக்கோட்டையின் தலைவாசல்' என்ற தலைப்பில் எங்கள் ஞானாசிரியர் ஹஸ்ரத் மாமா மறைந்த

அப்துல் வஹ்ஹாப் பாகவி அவர்கள் ஒரு புத்தகமே எழுதி இருக்கிறார்கள். ஞானப்பாட்டையில் பயணம் செய்பவர்களுக்கு வழிகாட்டியாக ஹஸ்ரத் அலீ இருக்கிறார்கள் என்று அர்த்தம்.

அலீ அவர்களை விட்டுவிட்டு ஒரு முஸ்லிமால் ஞானப் பாதையில் பயணிக்கவே முடியாது. தரீக்கா எனப்படும் எல்லா இஸ்லாமிய ஞானப்பாதைகளும் அவர்களிடம்தான் சென்று முடிவடையும். எனவே கொப்பரைக்குள் குதிக்கும்முன் அல்லது கையைவிடும்முன் பாபா அவர்கள், 'யா அலீ' என்று உரக்கச் சொன்னதில் வியப்பேதுமில்லை.

கொதிக்கும் கொப்பரைக்குள் கையைவிட்டு ஜிலேபியை எடுக்கச் சொன்னது உண்மையா அல்லது அதற்குள் குதித்துக் குளித்துத் தூய்மை பெற்று வரவேண்டும் என்று சொன்னது உண்மையா என்பது தெரியவில்லை. இப்படியெல்லாம்கூட நடக்குமா என்ற சந்தேகத்தை இந்நிகழ்ச்சி மனதில் ஏற்படுத்தத்தான் செய்கிறது. ஆனால் சீடராக ஒருவரை ஏற்றுக்கொள்ளும் முன் மிகக்கடுமையான பரிசோதனை நடத்தப்பட்டது என்பது மட்டும் நிச்சயம்.

ஏனெனில் தீட்சை பெறுவதென்பது மிக எளிதாக நடந்து விடக்கூடிய காரியமல்ல. நான் என் குருநாதரிடம் தீட்சை பெறுவதற்காக, நாகூருக்குப் போகும்போதெல்லாம் விடாமல் தொடர்ந்து இரண்டு ஆண்டுகள் கேட்டுக்கொண்டிருந்தேன். சில குருமார்கள் கண்டிப்பே வடிவானவர்கள். வேறு சிலரோ கருணையே வடிவானவர்கள். ஆனால் வரலாற்றில் நாம் பார்க்கும் சில குருமார்களின் கண்டிப்பும், கடுமையும்கூட கருணையின் முதுகாகவே இருந்துள்ளது என்பதைக் காலம்தான் புரியவைக்கிறது.

கொதிக்கும் கொப்பரைக்குள் கையைவிட்டு ஜிலேபியை நத்ஹர் அவர்கள் எடுத்தது பற்றி, அல்லது அதற்குள் குதித்துக் குளித்து வெளியேறியது பற்றி குருநாதர் ஷெய்கு அலீ அவர்கள் இப்படிக் கூறினார்: 'இறைக்காதல் என்ற தீ யாருடைய உள்ளத்தில் எரிந்துகொண்டிருக்கிறதோ அவரது உடலை நெருப்பாலும் உஷ்ணத்தாலும் ஒன்றும் செய்ய முடியாது'.

விரிக்கப்பட்டிருந்த கம்பளப் பட்டின்மீது வனத்தின் அரசனான சிங்கத்தைப்போல ஷெய்கு அலீ அமர்ந்திருந்தார். சிரியா

நாட்டின் இளம் அரசரின் வருகையால் பரபரப்படைந்திருந்த சீடர்கள் காலைத்தொழுகையை முடித்துக்கொண்டு விரைவாக வந்து ஆர்வமுடன் சுற்றி அமர்ந்தனர். அவர்கள் பல நாடுகளைச் சேர்ந்தவர்கள். பார்சி, அரமைக், சிரிய மொழி (அரபி மொழியின் இன்னொரு பிரிவு), துர்கிஷ் (துருக்கி மொழி), அபீசினிய மொழிகளைப் பேசுபவர்கள். ஆனால் அனைவருமே அரபு மொழியில் அங்கே பேசிக்கொண்டிருந்தனர். அது ஓர் அற்புதக் காட்சியாக இருந்தது.

ஷெய்கு அலீ பேசத்துவங்கினார். அதில் அரபியும் பாரசீகமும் கலந்திருந்தது. துவக்கத்தில் ஒரு கதையைக் கூறினார்.

ஒரு ஃபார்சியும் ஒரு பௌத்தனும் ஒரு விடுதியில் தங்கி இரவில் நன்றாகக் குடித்துவிட்டு, சிரித்துப்பேசிவிட்டு உறங்கினர். கருக்கலில் எழுந்த ஃபார்சி மீண்டும் கொஞ்சம் குடித்துவிட்டு தன் குதிரைக்குப் பதிலாகப் பௌத்தனின் கோவேறு கழுதையில் ஏறி மீண்டும் பயணத்தைத் துவங்கினான். நன்றாக விடிந்து வெயிலடித்ததும் தன் வாகனத்தைப் பார்த்த ஃபார்சி திடுக்கிட்டான். இது பௌத்தனுடையது அல்லவா? தனக்குப் பதிலாகப் பௌத்தன் எப்படி பயணித்தான் என்று புரியாமல் குழம்பினான்! திரும்பி விடுதிக்குச் சென்ற அவன் விடுதிப் பெண்ணைத் திட்டினான்.

'அசிங்கம் பிடித்தவளே, அதிகாலையில் என்னை எழுப்பச் சொன்னால், நீ பௌத்தனை எழுப்பி அனுப்பி விட்டு என்னை உறக்கத்தில் ஆழ்த்திவிட்டாயே' என்று சொன்னான்!

அந்த ஃபார்சியைப் போலத்தான் நாம் இருக்கிறோம். நாமும் நம் தெய்வத்தன்மையை உணராமல் மதிமயங்கிக் கிடக்கிறோம். எனவேதான் பெருமானார், 'மனிதர்கள் உறங்குகிறார்கள், மரணம் வரும்போது விழித்துக் கொள்வார்கள்' என்று கூறினார்கள். உங்களை நீங்கள் எப்போது அறிந்துகொள்ளப்போகிறீர்கள்?' என்று கேட்டுவிட்டு ஒரு பாரசீகக் கவிதையைச் சொன்னார்.

பின்பு, 'சீடர்களே, குருவைத்தேடி அடைபவர் குருவின் சொல்லை ஆண்டவனின் கட்டளையாக ஏற்று அடிபணிவதனால் மட்டுமே மனித ஜென்மம் எடுத்ததன்

பலனை அடைய முடியும். உலக மயக்கத்தில் அமிழ்ந்து உங்கள் தலையில் நீங்களே மண்ணை வாரிக்கொட்டிக் கொள்ளாதீர்கள்'.

'இச்சைகளை ஒடுக்கிக்கொண்டு நடந்தால் நபிகள் நாயகம் அவர்களைக் காணலாம். அவர்கள் மூலம் கிடைக்கும் உள் உதிப்புகளைப் பின்பற்றி நடந்தால் இறைவனை அடையமுடியும். இறைவனை அடைந்தவனால் மட்டுமே பேரின்பப் பெருவாழ்வை, நித்ய வாழ்வை அடைய முடியும்' என்று கூறினார்.

குறிப்பிட்ட காலம்வரை குருவோடு இருந்து பல ஆன்மிகச் சாதனைகளைச்செய்து நத்ஹர் அவர்கள் உயர்ந்த ஆன்மிக நிலையை வெகுவிரைவில் எய்தினார்கள். ஆனால் அவர்கள் சீடராகச் சேர்ந்து பணியாற்றிய ஓர் ஆண்டில் குரு ஷெய்கு அலீ மறைந்தார். சீடர்கள் பலரும் அவரவர் நாடுகளுக்குத் திரும்பினர். ஆனாலும் அந்தத் தவச்சாலையிலேயே கொஞ்ச காலம் கழித்த நத்ஹர் அவர்கள் பின்பு அங்கிருந்து கிளம்பி அருகிலிருந்த ஒரு குன்றின் மீதேறி அங்கிருந்த குகையொன்றில் தவம் செய்யத் தொடங்கினார்கள். அந்தக் காலகட்டத்தில் நபிகள் நாயகம் அவர்களை ஒளி பொருந்திய ஒரு பெண்ணின் வடிவில் ஒரு தேவதாரு மரத்தினடியில் அவர்கள் கண்டதாகவும் கூறப்படுகிறது.

ஷெய்கு அலீ உயிருடன் இருந்த காலகட்டத்திலேயே அவரின் அனுமதியுடன் தொள்ளாயிரம் கலந்தர்களுடன் மக்கா சென்று ஹஜ் செய்தபின்னர் மதினா சென்று நபிகள் நாயகம் அவர்களின் அடக்கவிடத்தின் அருகிலேயே ஓராண்டுக் காலம் நத்ஹர் தங்கியிருந்தார்கள். அந்தக் காலகட்டத்தில் நடந்த ஒரு நிகழ்ச்சி பற்றிக் கூடச் சென்றிருந்த கலந்தர்களில் ஒருவரான ஐயூப் கலந்தர் கூறுகிறார்:

'ஒருநாள் நத்ஹர் அவர்களும் நானும் நபிகள் நாயகத்தின் அடக்க ஸ்தலத்தின் முன் நின்று அவர்கள் பேரில் ஸலாமும் ஸலவாத்தும் (அவர்களுக்காக இறைவனிடம் இறைஞ்சும் புகழுரை) கூறிக்கொண்டிருந்தோம். அப்போது திடீரென்று நத்ஹர் அவர்கள் மறைந்து போனார்கள். நான் திகைப்பிற்கும் திடுக்கத்திற்கும் ஆளானேன். கொஞ்ச நேரம் கழித்து மீண்டும் நத்ஹர் அவர்கள் என்னுடன் வந்து சேர்ந்துகொண்டார்கள்.

‘எங்கே போனீர்கள் என்று கேட்டேன். நான் ‘அலம் நஷ்ரஹ்’ சூராவை (திருமறை அத்தியாயத்தை) ஓதிக் கொண்டிருந்தேன். அதில் நபிகளாரைப்பற்றிய குறிப்பு வரும்போது அண்ணல் என் முன் தோன்றி என்னை அழைத்துக்கொண்டு ரௌலா ஷரீஃபின் (அடக்க ஸ்தலத்தின்) உள்ளே போனார்கள். தன் உமிழ்நீரை என் வாயில் வைத்து, ‘இனி நீர் குத்புகளுக்கெல்லாம் குத்பாவீர். உம்முடைய உமிழ்நீர் எவர் வாயில் படுகிறதோ அவர் வலீ (ஞானி) ஆவார். நீர் யாரைப்பார்த்து வலீ என்று சொல்கிறீரோ அவருக்கும் ஞானம் சித்திக்கும்’ என்று நன்மாராயம் கூறினார்கள்’ என்று கூறினார்கள்.

மதினாவில் ஓராண்டு இருந்த பிறகு ஒருநாள் இந்தியாவுக்கு, அதுவும் தமிழ்நாட்டில் உள்ள திருச்சிக்குச் சென்று ஆன்மிகச் சேவை செய்யும்படி நபிகள் நாயகம் அனுமதி கொடுத்தார்கள்.

பின்னர் நத்ஹர் அவர்கள் திமிஷ்க்குக்குத் திரும்பினார்கள்.

4

திமிஷ்க்கிலிருந்து திருச்சிக்கு

தாயகம் திரும்பிய மன்னர் நத்ஹர் ஒரு பரதேசியின் கோலத்தில், மழித்த தலையும், முறையாக வெட்டப்படாத தாடியும் மீசையுமாக உலகப்புகழ் பெற்ற உமய்யா பள்ளிவாசலில் உள்ள மூன்று மினாராக்களில், உலக முடிவு நாளில் ஈஸா நபி (இயேசு) வந்திறங்கி நிற்கும் மினாரா என்று கருதப்படும் ஈஸா மினாராவின் அடியில் நின்று கொண்டிருந்தார்கள். சில குதிரைப்படை வீரர்கள் அவர்களை அடையாளம் கண்டு அரண்மனைக்கு அழைத்து வந்தனர்.

தாயும் தம்பியும் உறவினர்களும் ஆரத்தழுவி சந்தோஷமடைந் தார்கள். ஆனாலும் நத்ஹர் அவர்களின் துறவுக்கோலம் கண்டு வேதனைப்பட்டார்கள்.

'மகனே, ஏன் இந்தக் கோலம்? இல்லறம்தானே இஸ்லாத்தின் வழி' என்று மெதுவாக அன்னை சொன்னார். அரியணையில் மீண்டும் அமருமாறு தம்பி கேட்டுக் கொண்டும் விரும்பாமல் அதிகாரிகள் அமரும் இடத்தில் போய் நத்ஹர் அமர்ந்தார்கள். வாழ்க என்று மக்கள் கோஷமிட்டனர். மந்திரிகளும், தளபதிகளும் கைலாகு கொடுத்துக் கட்டியணைத்து வாழ்த்துத் தெரிவித்தனர்.

சில ஆண்டுகள் கழிந்தன. அந்த ஆண்டுகளில் நத்ஹர் அவர்கள் குடும்பத்தாருடன் அரண்மனையிலேயே தங்கி தம்பிக்கு ஆலோசனைகளையும், ஆன்மஞானம் தேடி வருவோர்க்கு வழிகாட்டியாகவும் காலம் கழித்தார்கள். அவர்களது புகழ் சிரியா முழுவதும் பரவியது.

ஆனால் சிரியா அப்போது ஒரு நாடாக இல்லை. சிரியா, லெபனான், ஜோர்டான் என மூன்றாகப் பிரிந்து கிடந்தது. லெபனானையும் ஜோர்டானையும் ஃபாத்திமிகள் அபகரித்திருந்தனர். திமிஷ்க் மட்டும் இரு தரப்பினருக்கும் கட்டுப்படாத சுதந்திர பூமியாக இயங்கிக்கொண்டிருந்தது. ஃபாத்திமிகள் எகிப்திலிருந்தும், அப்பாஸிய கலீஃபாக்கள் பாக்தாதிலிருந்தும் அதிகாரம் செய்துவந்தனர்.

ஆனாலும் இஸ்லாத்தின் குரல் அட்லாண்டிக் சமுத்திரக் கரையிலிருந்து சீனாவரை ஒலிக்கத்தொடங்கியிருந்தது. பாக்தாத், கெய்ரோ, கார்டோபா, அலெப்போ, திமிஷ்க் ஆகிய மாநகரங்கள் உலகளாவிய அரசியல், அறிவியல் மற்றும் நாகரீகத்தின் மையமாகவும், பகுத்தறிவின் பாசறையாகவும், வழிகாட்டும் ஒளிவிளக்காகவும் விளங்கின.

அறிவியல் கண்டுபிடிப்புகள், மாபெரும் இலக்கியப் படைப்புகள், ஆடை ஆபரண வடிவமைப்புகள், இசை ஆலாபனைகள், நாட்டிய முத்திரைகள் எனப் பல துறைகளும் பெரும் வளர்ச்சி கண்டன. யுனானி மருத்துவத் துறையிலும், திருமறையின் வசனங்களை உச்சரிப்பதன் மூலம் நோயிலிருந்து நலம்பெறும் ஆத்மிகத் துறையிலும் நத்ஹர் அவர்களிடம் பயிற்சி பெறுவதற்காக ஆயிரக்கணக்கானோர் அவர்களுடைய 'கான்கா' எனும் தியான மடத்துக்கு வரத்தொடங்கினர். சீடர்களின் எண்ணிக்கை ஓர் ஆண்டுக்குள் ஆயிரக்கணக்கில் உயர்ந்தது. ஆனாலும் தான் பிறந்த ஊருக்குச் சென்று அங்கே சில காலம் தங்கி நத்ஹர் தவமிருந்தார்கள்.

அங்கிருந்த ஒரு மலைக்குன்றில் நின்றுகொண்டிருந்தபோது நபிகள் நாயகம் தோன்றி, இந்தியத் திருநாட்டின் தமிழ்நாட்டில் உள்ள திரிசிரபுரம் என்ற ஊருக்குச் சென்று அங்கே ஆன்மிகப் பணி செய்து தன் எஞ்சிய வாழ்நாளைக்கழிக்கவேண்டும் என்று உத்தரவிட்டார்கள்.

அதோடு இன்னொரு நிகழ்வும் நத்ஹர் அவர்களுக்கு நினைவுக்கு வந்தது. தான் சிறுவராக இருந்தபோது ஒருமுறை அற்புதப் பயணமாக, இரவோடு இரவாக உலகம் சுற்றி வந்தபோது சோழ வளநாட்டின் தலைநகரமான பழையாறைக்குச் சென்றதையும், அங்கே குழந்தைப்பேறு இல்லாமலிருந்த சோழ அரச தம்பதியருக்கு மூன்று குழந்தைகள் பிறக்க ஆசீர்வதித்துவிட்டு வந்ததும் நினைவுக்கு வந்தது.

மறுநாள் நத்ஹர் அவர்கள் கண்ட கனவில் இரண்டு ஆண் குழந்தைகளும் ஒரு பெண் குழந்தையும் தோன்றியது. 'உங்கள் அரச பாரம்பரியத்துக்கும், ஆன்மிகப் பரிபாலனத்துக்கும் நாங்கள் வாரிசுகள்' என்று சொன்ன அக்குழந்தைகள் திரிசிரபுரம் மலையின்மீது நின்று தன்னை அழைப்பதைக் கனவில் கண்டார்கள்.

திமிஷ்க் திரும்பியவுடன் தான் ஹிந்த் என்று சொல்லப்படும் இந்தியாவுக்குச் செல்ல வேண்டியிருப்பதை அனைவருக்கும் அறிவித்தார்கள். ஹிந்த் என்பதை ஹிந்துஸ்தான் என்பதன் சுருக்கமாகப் புரிந்துகொள்ளலாம்.

'உலகத்துக்காக அலைபவன் நாயைப் போன்றவன். மறுமையின் இன்பங்களை இச்சிப்பவன் விலைமாதைப் போன்றவன். ஆண்டவனை அடைய விரும்புபவனே ஆண் மகன்' என்று கூறிவிட்டு இந்தியாவுக்குக் கிளம்பத் தயாரானார்கள்.

திருவோடு கப்பலைச் செலுத்திய அதிசயம்

ஆனால் பாபா மட்டும் தனியாகக் கிளம்பவில்லை. அவர்களது ஆன்மிக மாணவர்கள் அல்லது சீடர்கள் மற்றும் அவர்களது நேசர்கள், சில அமைச்சர்கள், சில தளபதிகள் என 900 பேர் உடன்வர அகபா என்ற செங்கடலின் கடல்துறை பட்டினத்துக்குப் போய்ச்சேர்ந்தார்கள். உடன் வந்தவர்களை வரலாறு 'கலந்தர்கள்' என்று குறிப்பிடுகிறது. அது ஒரு சிரிய மொழிச் சொல்லாகும். 'நப்ஸ்' எனும் இச்சையை அடக்கி ஆளும் ஆன்மபலம் கொண்டவர் என்று அதற்குப் பொருள் சொல்லப்படுகிறது. அதோடு திருமணம் செய்துகொள்ளாதவர், அல்லது கன்னி கழியாதவர் என்ற பொருளும் அச்சொல்லுக்குக் கொடுக்கப்படுகிறது. ஒரு ஞானியோடு பயணம் கிளம்புபவர்கள் அப்படி இருப்பது சாத்தியம்தானே?!

அந்தக் கலந்தர்களில் ஷம்சுத்தீன் என்ற ஷம்ஸ் கோயான், மற்றும் ஷம்ஸுல்லாஹ் என்ற ஷம்ஸ் பர்ரான் என்ற இரு அமைச்சர்களும் இருந்தனர். இதில் ஒருவர் திருச்சி தர்காவிலேயே அடக்கமாகியுள்ளார்.

அகபா துறைமுகத்திலிருந்து மூன்று நாட்களாகக் கப்பல் நகரவில்லை. கப்பலை எப்படிச் செலுத்துவது என்றும் கூடஇருந்தவர்களுக்குத் தெரியவில்லை. மாலுமிகளும் செய்வதறியாது திகைத்து நின்றனர். அப்போது நத்ஹர் அவர்கள் தன் திருவோட்டை அவர்களிடம் கொடுத்து, 'இதன் ஒரு முனையில் ஒரு நூல் கயிற்றைக் கட்டி கடலில் இறக்கி விடுங்கள். நூலின் மறு முனையைச் சுக்கானின் கைப்பிடியில் கட்டுங்கள்' என்று உத்தரவிட்டார்கள். அவ்வாறே செய்யப்பட்டது. 'செல், இந்தியாவுக்குச்செல்' என்று நத்ஹர் அவர்கள் கப்பலுக்கு உத்தரவிட்டார்கள்.

என்ன அதிசயம், கப்பல் மெல்ல நகர ஆரம்பித்தது! 'அல்லாஹு அக்பர்' (இறைவன் பெரியவன்) என்ற கலந்தர்களின் முழக்கம் விண்ணைப் பிளந்தது! (அந்தத் திருவோடு இன்றுவரை திருச்சி தர்காவில் பாதுகாப்பாக வைக்கப்பட்டுள்ளது).

கப்பல் அகபா வளைகுடாவைக் கடந்து செங்கடலுக்குள் நுழைந்தது. இந்தியாவின் மேற்குக்கரையில் இருந்த பானாஜி என்ற துறைமுகத்தை வந்தடையும்வரை கப்பலை நத்ஹர் அவர்களின் திருவோடுதான் செலுத்திக்கொண்டிருந்தது என்று சொன்னால் மிகையாகாது. பின்னர் அத்ன் (ஈடன்) துறைமுகத்தை அடைந்தது. இடையில் ஜித்தாவில் அவர்கள் இறங்கி ஒரு தோட்டத்துக்குச் சென்றனர். இறைவன் படைத்த முதல் மனுஷியும், மனிதகுல அன்னையுமான ஏவாள் என்று அறியப்படும் ஹவ்வா அவர்களின் தோட்டம் என்று அறியப்படும் ஓர் இடத்துக்கு அனைவரும் சென்று வந்தார்கள். ஏமன், ஓமனெல்லாம் பயணித்துக் கடைசியாகக் கராச்சிக்கு வந்து சேர்ந்தார்கள். அது அப்போது தேபலை என்ற பெயரில் அறியப்பட்டிருந்தது.

நத்ஹர் அவர்களும் தொள்ளாயிரம் கலந்தர்களும் பானாஜியில் கரையிறங்கிய தகவல் தெரிந்ததும், அப்போது இருந்த கங்க மன்னன் ராட்சச கங்கா என்பவன் ஏதோ பகைவர்கள் பெரும் படையுடன் போர்செய்ய வந்திருப்பதாக எண்ணி, தானும் ஒரு

பெரும் படையுடன் கிளம்பி நத்ஹர் அவர்களைச் சந்திக்க அல்லது எதிர்க்க நாடினான்.

சிவசமுத்திர நீர்வீழ்ச்சியின் அருகில் இருந்த ஒரு காட்டில் நத்ஹர் அவர்களையும் கூட வந்த கலந்தர்களையும் சந்தித்தான். 'நான் அரசனுமல்ல, என்னோடு வந்திருப்பவர்கள் படை வீரர்களும் அல்ல' என்று நத்ஹர் அவர்கள் சொன்னதைக் கேட்டதும்தான் ராட்சச கங்கா அமைதியானான். ராட்சச அமைதியாக இருந்திருக்கும்!

நத்ஹர் அவர்கள் ஒரு மகான் என்பதை அறிந்ததும், தீர்ச்சலா என்ற மந்திரவாதியால் தனக்கும் மக்களுக்கும் ஏற்படும் தொல்லைகளை எடுத்துச்சொல்லி, உதவி வேண்டினான் மன்னன். மனிதர்களை அவ்வப்போது பிடித்துக்கொண்டுபோய் ஆடுமாடுகளைப்போல அவன் வெட்டி உண்கிறான் என்று பிரச்னையைச் சொன்னான் மன்னன்.

நத்ஹர் அவர்கள் வனப்பகுதியின் எல்லையில் நின்றுகொண்டு கையை ஏந்தி இறைவனிடம் கேட்டார்கள். காடு பற்றி எரிய வேண்டும் என்று உத்தரவிட்டார்கள். அவ்விதமே மூன்று நாட்கள் பற்றி எரிந்த தீயால் மந்திரவாதி தீர்ச்சலாவும் அவனது சீடர்களும் கருகிச் செத்தனர்.

சில மாதங்கள் அங்கேயே மன்னனின் விருந்தாளிகளாக அனைவரும் தங்கி இருந்தார்கள். அங்கே புதன்கிரி என்று ஒரு மலை இருந்தது. அங்கே பாபா ஹயாத் கலந்தர் என்ற நபித்தோழர் அடக்கமாகியிருந்தார். அங்கே கொஞ்ச காலம் தங்கி அனைவரும் தவம் புரிந்தார்கள்.

5

வளர்ப்பு மகள் குந்தவை நாச்சியார்

திருச்சி தஃப்லே ஆலம் பாதுஷாவின் வரலாற்றோடு பின்னிப் பிணைந்துள்ளது ராஜராஜ சோழனின் அக்காவான குந்தவை நாச்சியாரின் வரலாறு என்று சொன்னால் அது புருவங்களை உயர்த்தவல்லது தான்.

குந்தவை என்று சொன்னதுமே சமீபத்தில் வந்த பொன்னியின் செல்வன் திரைப்படமும், அதில் குந்தவையாக வந்த நடிகை திரிஷாவும் நினைவுக்கு வரலாம். ஆனால் பொன்னியின் செல்வன் புதினமே முழுமையான, சரியான வரலாறு அல்ல. வரலாற்றை அடிப்படையாக வைத்த ஒரு கற்பனைக்கதை. அவ்வளவுதான்.

ஆங்கிலத்தில் twice removed from reality என்று சொல்வார்கள். உண்மையிலிருந்து இரண்டு முறை நீக்கப்பட்டது, அதாவது உண்மையல்ல, உண்மையைவிடக் கற்பனை அதிகமாகக் கலக்கப்பட்டது போன்ற அர்த்தங்களை இதற்குக்கொடுக்கலாம். பொன்னியின் செல்வன் நாவலும் திரைப்படமும் அப்படிப் பட்டவையே. எனவே அவைகளை வைத்துக்கொண்டு வரலாற்றை நாம் புரிந்துகொள்ள முடியாது. எனவே நாம் உண்மையான வரலாற்றுக்கே போய்விடலாம்.

உண்மையான வரலாற்றில் நமக்குப் பல ஆச்சரியங்கள் காத்திருக்கின்றன. அதில் ஒன்று தஞ்சைப் பெரிய கோயிலைக் கட்டிய ராஜராஜ சோழனின் அக்காவான குந்தவை நாச்சியாரும், அருண்மொழிவர்மன் என்ற இயற்பெயர் கொண்ட ராஜராஜ சோழனும் நத்ஹர் வலியவர்களின் வளர்ப்புப் பிள்ளைகள். பாசமும் நெருக்கமும் கொண்டவர்கள்! எப்படி? பார்க்கலாம்.

புதன்கிரிமலை என்பது தற்போதைய பங்களூருவிலிருந்து 150 கிமீ மேற்காக அமைந்துள்ள ஒரு மலை. பாபா நத்ஹர் அவர்கள் அங்கே தங்கி சில ஆண்டுகள் தவம் புரிந்துகொண்டிருந்த வேளையில் ஒருநாள் அவர்களைப் பார்க்க புதன்கிரி மலைக்கு இரண்டு குழந்தைகள் வந்தனர். ஒரு பெண்ணும் ஓர் ஆணும். அப்பெண் குழந்தைக்குப் பதிமூன்று வயதிருக்கும். அந்த ஆண் குழந்தைக்குப் பத்து வயதிருக்கும். அப்பெண் குழந்தைதான் நம் கதாநாயகியான குந்தவை நாச்சியார். அந்த ஆண் குழந்தை பிற்காலத்தில் ராஜராஜ சோழன் என்று அறியப்பட்டவன். தஞ்சைப் பெரிய கோவிலைக் கட்டிய அருண்மொழிவர்மன். அருண்மொழித்தேவன் என்றும் பெயர் கொண்டவன்.

அந்தப் பெண் குழந்தைதான் பேசியது. ‘ஞானி அவர்களே, சுந்தர சோழன் என்று அறியப்பட்ட எங்கள் தந்தை இரண்டாம் பராந்தக சோழன் இறந்துபோனார். அதைத் தொடர்ந்து எங்கள் தாயாரும் உடன்கட்டை ஏறிப் பொசுங்கிப் போனாள். என்ன செய்வது என்று தெரியாமல் வேதனையில் இருந்த எங்களை, எங்கள் ராஜகுல குருநாதராகிய சித்தர் கருவூரார் உங்களிடம் அனுப்பி வைத்தார்’ என்று அவள் சொன்னாள்.

அந்த இரண்டு பேரையும் கொஞ்சநேரம் பாபா பார்த்துக் கொண்டே இருந்தார்கள். ஓராண்டுக்கு முன் சிரியாவில் பஹன்னிஸா என்ற ஊரில் இருந்தபோது தான் கனவில் கண்ட, ‘தந்தையே’ என்று தன்னை அழைத்த குழந்தைகள் இவர்கள்தான் என்பது அவர்களுக்குப் புரிந்தது.

அவர்களின் நினைவு இன்னும் கொஞ்ச காலம் பின்னோக்கிச் சென்றது. அப்போது இன்னொரு நிகழ்ச்சியும் நினைவுக்கு வந்தது. திமிஷ்க்கில் தன் குடும்ப அரண்மனையில் வீற்றிருந்த போது ஒருநாள் இரவு அற்புதமானதொரு முறையில் இரவோடு இரவாகப் பயணித்து உலகைச் சுற்றி வந்தபோது, இந்தியாவின் தென்புறத்தில், சோழ வளத் திருநாட்டின் தலைநகராக இருந்த

பழையாறையில் மாமன்னன் பராந்தகனுக்கும் அவன் மனைவி வானவன் மாதேவிக்கும் ஆசி வழங்கியதால் பிறந்த அருமைக் குழந்தைகள் அல்லவா இவர்கள் என்ற விஷயமும் நினைவுக்கு வந்தது! பெற்றால்தான் பிள்ளையா என்பதைப்போல அவர்களைப் பாசமுடன் பார்த்துக்கொண்டே இருந்தார்கள் பாபா. அவர்கள் இருவரும் தன் உயிரின் குழந்தைகளே என்பதை உணர்ந்தார்கள்.

தன் இரு திருக்கரங்களையும் விரித்து அக்குழந்தைகளை அணைத்து பாசமுத்தம் கொடுத்தார்கள். உச்சி முகர்ந்தார்கள். அந்த இருவரும் இல்லறம் மறுத்து வாழ்ந்த பாபா அவர்களின் உயிர்க் குழந்தைகளானார்கள்.

குழந்தைகள் இருவரும் எப்படித் தனியாக புதன்கிரி மலையில் பாபா அவர்கள் தங்கியிருந்த குகைக்கு வந்தார்கள் என்று யோசிக்க வேண்டியதில்லை. ஏனெனில் அவர்கள் தனியாக வரவில்லை. ராஜகுரு கருவூராரின் உத்தரவுப்படி பெரும் குதிரைப் படையுடன்தான் வந்திருந்தார்கள். நீங்கள் திரும்பிச் செல்லுங்கள் என்று அரசக் குழந்தைகள் உத்தரவு கொடுத்ததும், குழந்தைகளை விட்டுவிட்டு குதிரை வீரர்கள் திரும்பிச் சென்றார்கள்.

தேக்கு மரங்களும், தேவதாரு மரங்களும், சந்தன மரங்களுமாய் புதன்கிரி மலை விரிந்து கிடந்தது. தன்னோடு இருந்த கலந்தர்களில் சிலரை அழைத்து பாலகர்களுக்குப் பசியாற்றும் படி பாபா உத்தரவிட்டார்கள்.

உணவுண்டு பசியாறிய இருவரும் பாபா அவர்களின் அருகில் வந்து அமர்ந்தார்கள். விரைவிலேயே சிறுவன் உறங்கிப் போனான். உன் தம்பியின் பெயர் என்ன என்று பாபா கேட்டார்கள். 'அருண்மொழிவர்மன்' என்று குந்தவை கூறினாள். அவன் தலையைக் கோதிக்கொண்டே நத்ஹர் அவர்கள், 'ராஜ் ராஜ்' என்று கூறினார்கள். அவன் தலையைத் தன் திருக்கரங்களால் தடவிவிட்டார்கள். 'இவன்தான் சோழநாட்டின் எதிர்காலப் பேரரசன்' என்று கூறினார்கள்.

அன்று முதல் குந்தவை தன் தம்பியை 'ராஜராஜா' என்றும், 'ராஜராஜ சோழன்' என்று அழைக்கத் தொடங்கினாள். நாட்டு அரசியல் நிலைமைகளைப்பற்றிக் குந்தவை, பாபாவிடம்

அதிகமாகப் பேசினாள். அவளுடைய அரசியல் அறிவு அபாரமானதாக இருந்தது.

'மகளே குந்தவை, உன் தந்தையின் குருநாதர் கருவூரார் குறிப்பிட்டது என்னைத்தான் என்று நீ எப்படித் தெரிந்து கொண்டாய்?' என்று பாபா நத்ஹர் ஒருநாள் கேட்டார்கள்.

'தந்தையே, எங்கள் குருநாதர் கூறியது மட்டுமல்ல, நான் உங்களைப் பலமுறை கனவில் கண்டுள்ளேன். மறைந்த என் தந்தையும் உங்களைப்பற்றி அடிக்கடி குறிப்பிட்டுள்ளார். 'நான் சிவனது பாதங்களில் கிடந்து அழுது குழந்தை வரம் கேட்டுப் புலம்பிக் கொண்டிருந்தபோது, ஓரிரவில் ஒரு சிறுவர் துறவுக்கோலத்தில் சந்திர ஒளி மிளிரும் முகத்துடன் என் முன் தோன்றி, உனக்கு இரண்டு ஆண் மக்களும், ஒரு பெண்ணும் உண்டு என்று என்னை ஆசீர்வதித்தார் என்று என் தந்தை கூறினார்'.

'தந்தையே, உங்களை நான் முதன்முதலாகப் பார்த்தபோது உங்கள் முகத்தையும் தலையையும் சுற்றியிருந்த சந்திர ஒளியை என் இரு கண்களாலும் பார்த்தேன்' என்று குந்தவை கூறினார். மழலை மாறாத எழிலோடு பேசிய குந்தவையின் பேச்சைக் கேட்டு பாபா நத்ஹர் அவர்களுக்குச் சந்தோஷம் ஏற்பட்டது. 'என் செல்வமே' என்று சொல்லி அணைத்து பாச முத்தமிட்டார்கள்.

'மகளே, இப்போது உன் பார்வையில் பார்' என்று நத்ஹர் அவர்கள் சொன்னதாகவும், விழிகளை மூடியிருந்த குந்தவைக்கு மூவுலகங்களும் காட்சி கொடுத்தன என்றும், 'ஒரே வார்த்தையில் ஞானம் புகட்டி, தொட்டவுடன் ஜோதி தட்டவும், தொடுமுன் சிவயோகம் கிட்டவும் என்ற பொன் மொழிக்கிணங்க, மூவுலகையும் தன்னுள் சூக்கும தரிசனமாகக் காணவைத்த நத்ஹர் அவர்களின் பாதங்களில் தன் சிரசை வைத்துக் குந்தவை உறங்கிப்போனாள்' என்கிறார் 'பேரின்ப சாகரம் திருச்சி தப்லே ஆலம் பாதுஷா நத்தஹர் ஒலி (ரஹ்)' என்ற நூலின் ஆசிரியர் ஹைதர் அலீ யகீனுல்லாஹ் ஷாஹ்.

சுந்தரசோழன் இறந்தான், வான(வன்)மாதேவி உடன்கட்டை ஏறினாள். அதன் பின்னர் உத்தமசோழன் ஆட்சிக்கு வந்தான். சோழர்கள் காலத்தில் தமிழகமெங்கும் கோயில்கள்

எழுப்பப்பட்டன. வைணவம் பக்திப் பண்புகளுக்கும் சைவம் தத்துவ நெறிகளுக்கும் முக்கியத்துவம் கொடுத்தன.

அண்ணன் ஆதித்ய கரிகாலன் கொல்லப்பட்டதன் பின்னணியில் உள்ள மர்மம் புரியாமல் குந்தவையும் அருண்மொழித்தேவனும் ராஜகுரு கருவூராரின் ஆலோசனைப்படி நத்ஹர் பாபாவிடம் அடைக்கலம் புகுந்திருந்தனர். அவர்கள் வந்து ஆறு ஆண்டுகள் ஆகிவிட்டிருந்தன. குந்தவை தன் இனிமையான குரலால் பாபாவை எழுப்பப் பள்ளியெழுச்சிப் பாடலொன்றைப் பாடிக்கொண்டிருந்தாள்! அப்போது குந்தவைக்கு பத்தொன்பது வயதாகி விட்டிருந்தது. அழகே உருவான இளம் சோழநாட்டு இளவரசி! உடல் மட்டுமின்றி அவளது ஆன்மிக அறிவும் வளர்ந்திருந்தது.

அப்போது எங்கிருந்தோ குதிரைகளின் குளம்படிச் சப்தம் கேட்டது. சற்று நேரத்துக்கெல்லாம் வல்லவரையர் நாட்டுச் சிற்றரசன் வானவராயன் வந்தியத்தேவன் தலைமையில் நூறு படைவீரர்கள் குதிரைகளில் வந்திறங்கினார்கள்.

‘இளவரசி, உங்கள் பெரியப்பா மகன் உத்தமச்சோழர் இறந்து விட்டார். தங்கள் சகோதரர் அருண்மொழித்தேவரை ஆட்சிக் கட்டிலில் அமர்த்த நாட்டு மக்கள் காத்திருக்கிறார்கள். தங்கள் தமையனை அழைத்துக்கொண்டு தாங்கள் உடனே தஞ்சாவூருக்கு வரவேண்டும்’ என்று கூறினார்.

மதுராந்தகன் என்று அழைக்கப்பட்ட உத்தம சோழனின் ஆட்சி பதினான்கு ஆண்டுகள்தான். அவன் இறந்த சேதியறிந்து, பாபாவின் அனுமதியுடன் குந்தவையும் அருண்மொழித் தேவரும் புறப்பட்டார்கள். ஆனால் தனியாக அல்ல, பாபாவுடன். மகுடாபிஷேகம் குறிக்கப்பட்டிருந்த நாளுக்கு இரண்டு நாட்களுக்கு முன்னதாகவே பாபா நத்ஹர் அவர்களும், மேலும் பல கலந்தர்களும் உடன்வர குந்தவை, அருண்மொழித் தேவன் சகிதமாக தஞ்சாவூர் அரண்மனைக்கு அனைவரும் போய்ச்சேர்ந்தார்கள். அரண்மனை வாயிலில் ஒரு பசுங்கிளி பறந்துவந்து அவர்களை வரவேற்றது.

சோழநாட்டின் எட்டுத்திக்குகளிலிருந்தும் ஆர்வம் கொண்ட குடிமக்கள் தஞ்சாவூருக்கு வந்திருந்தார்கள். தஞ்சைக் கோட்டைக்கு வெளியே ஜன சமுத்திரம் கூடிக்கிடந்தது.

மறைந்த சுந்தரசோழனின் மகன் அருண்மொழித்தேவனுக்கு நடக்க இருந்த முடிசூட்டு விழாவைக் காண அனைவரும் ஆர்வம் கொண்டு கூடியிருந்தார்கள். நகரில் இருந்த ஒவ்வொரு வீட்டுக்கும் விருந்தினர்கள் வந்திருந்தனர். கொடும்பாளூர் வீரர்களும் பழுவூர் வீரர்களும் மகிழ்ச்சியைக் கொண்டாடிக் கொண்டிருந்தனர்.

இளைஞனான அருண்மொழிவர்மன் பட்டத்து யானையின் மீதேறி மேளதாளம் முழங்க வீதிவலம் வந்துகொண்டிருந்தான். வைதீகமான சடங்குகள் அனைத்தும் நிறைவேற்றப்பட்டன. நீண்ட வாள், மார்பில் அணியும் நவரத்தின மாலை, இடை அலங்காரம் ஆகியவற்றோடு அருண்மொழிவர்மன் கொலு மண்டபத்தில் வந்து அமர்ந்தான். தலையில் கிரீடம் சூட்ட வேண்டியதுதான் பாக்கி.

சோழர் குலப் பெருமைகளை ஒரு புலவர் பாடல்களாய்ப் பாடினார். அமைச்சர்கள், சிற்றரசர்கள், படைத்தளபதிகள், கோட்டத்தலைவர்கள், அதிகாரிகள், சிவாச்சாரியர்கள், பட்டர்கள், தமிழ்ப்புலவர்கள் என அனைத்துத் துறையிலிருந்தும் விற்பன்னர்கள் வந்திருந்தனர்.

புறாவுக்காகத் தன் தொடைக்கறியைக் கொடுத்த சிபிச்சக்கர வர்த்தியின் புகழ் பாடப்பட்டது. பசுவுக்கு நீதி வழங்க தன் அருமை மகனைத் தேரின் காலில் பலிகொடுத்த மனுநீதிச் சோழன் பாராட்டப்பட்டான். பூம்புகாரில் முடிசூடி இமயமலை வரை படை நடத்திச்சென்ற கரிகால் பெருவளத்தான், கோப்பெருஞ்சோழன் போன்றோரின் புகழும் பாடப்பட்டன.

விஜயாலயன், ஆதித்தன், முதலாம் பராந்தகன் போன்றோர் நாட்டின் எல்லைகளை விரிவுபடுத்தினர். கண்டராதித்தன், அவன் தமையன் சுந்தரசோழன், பின்னர் உத்தம சோழனுக்குப் பிறகு கிரீடம் சூடி ஆட்சிக்கட்டில் அமர்ந்தான் அருண்மொழி வர்மன் என்னும் இயற்பெயர்கொண்ட ராஜராஜ சோழன்.

தமிழக வரலாற்றிலேயே சிறந்த மன்னன் என்று வரலாற்று ஆசிரியர்களால் புகழப்படுபவனும், பொன்னியின் செல்வன் என்ற புகழ்ப்பெயருக்கு உரியவனுமாகிய அருண்மொழி வர்மனின் தலையில் பாபா தஃப்லே ஆலம் பாதுஷா நத்ஹர் அவர்கள்தான் கிரீடத்தை வைத்தார்கள், மணிமுடி

சூட்டினார்கள். ராஜராஜ சோழன் மணிமுடி சூட்டிய நாளின் ‘க்ளைமாக்ஸ்’ காட்சியே அதுதான். அதுமட்டுமா? அவன் கையில் செங்கோலைக் கொடுத்ததும் பாபா அவர்கள்தான்! சிரியா ராஜாவின் கையால் சோழ ராஜன் முடிசூட்டிக் கொண்டான்!

‘ராஜராஜ சோழன் வாழ்க’ என்று பாபா அவர்கள் உரக்கக் கூறியதும் மக்கள் கூட்டம் அதைப் பரவசத்தோடு எதிரொலித்தது. விழா நிகழ்வுகளெல்லாம் முடிந்து பாபா கிளம்பும்போது குந்தவையைப் பார்த்து ஒன்று சொன்னார்கள்: ‘மகளே, மன்னன் வல்லவரையன் வந்தியத்தேவனை நீ விரும்பினால் மணந்துகொள்’.

குந்தவையும் அப்படியே செய்தார். ஆனால் மேலை சாளுக்கியரோடு நடந்த ஒரு போரில் வந்தியத்தேவன் கொல்லப் பட்டான். அதன் பிறகு குந்தவை தன் தமையன் ராஜராஜ சோழனுடன் தங்கிக்கொண்டார். பல அறப்பணிகளைச் செய்தார். தலைநகரில் ஒரு மருத்துவச்சாலையை அமைத்தார். பல குருகுலங்களை ஏற்படுத்தி கல்வி வளர வித்திட்டார். தந்தையின் பெயரால் ஏரிகள், குளங்கள், சாலைகள், சத்திரங்கள் அமைத்தார்.

சோழ நாட்டுக்கு வந்து தங்களோடு தங்கிவிடும்படி பாபாவுக்குக் குந்தவையும் ராஜராஜ சோழனும் வேண்டுகோள் விடுத்தனர். அவ்வேண்டுகோளை ஏற்று நத்ஹர் பாபா அவர்கள் திருச்சிக்கு வந்து தங்கினார்கள். அப்போது திருச்சியின் பெயர் திரிசிரபுரம்! நபிகள் நாயகம் அவர்கள் கனவில் காட்சி கொடுத்துப் போகச்சொன்ன திரிசிரபுரம்!

திருச்சிக்குச் சென்று ராஜராஜ சோழனும் குந்தவையும் அவ்வப்போது பாபாவைப் பார்த்து வந்தார்கள். தஞ்சைக்கு வந்து தங்களோடு தங்கிவிடும்படி அவர்கள் பலமுறை கேட்டுக் கொண்டும், பாபா அந்த அழைப்பை ஏற்றுக் கொள்ளவில்லை. பெருமானார் சொன்னது திரிசிரபுரம்தானே! திருச்சியில்தான் தன் ஆன்மிக எழுச்சி இருக்கவேண்டும் என்பது இறைவன் விதித்தது. எந்தத் தாய்க்கும் தந்தைக்கும் குழந்தையாகப் பிறக்கவேண்டும் என்று எழுதிவைத்தவன் அவனல்லவா? அவன் எழுதிய படிதானே எல்லாம் நடக்கும்? அவன் விதித்தபடிதானே திருத்தூதரின் கட்டளையும் இருக்கும்!

ஆனால் கணவன் இறந்து விதவையான குந்தவை வெள்ளைப் புடவையில் இருந்தாள். அந்தக்கால வழக்கப்படி. ஆனால் அவள் அம்மாவைப்போல ஏன் உடன்கட்டை ஏறவில்லை என்று தெரியவில்லை. ஒருவேளை பாபா தடுத்திருக்கலாம். அல்லது பாபா சொல்லி அந்தக் கொடிய வழக்கத்தை ராஜராஜன் ஒழித்திருக்கலாம்.

கடந்த காலத்தில் இருந்ததைப்போல ராஜ்ஜியத்தின் அச்சாக அவள் தொடர விரும்பவில்லை. அவள் மனம் தனிமையை நாடியது. பாபாவோடு போய் திருச்சியிலேயே தான் தங்கிவிடப் போவதாகக் கூறிய குந்தவை, ஒருநாள் சொன்னபடி செய்யவும் செய்தாள். தன் சகோதரன் ராஜராஜனோடு அவள் இருந்தது மூன்று ஆண்டுகள்தான். அதன் பின்னர் பாபாவிடம் வந்து விட்டாள். அவள் தோள்களில் அவளது பிரியமான கிளியும் போய் அமர்ந்துகொண்டது! இச்சைகளை விட்டொழித்த இளம் விதவைக்கிளியின் தோள்களில் பச்சைக்கிளி! ராஜராஜ சோழனுக்கு முடிசூட்டத் தஞ்சை சென்றபோது பறந்துவந்த கிளி! குந்தவையோடு இந்தக் கிளியும் திருச்சி நத்ஹர் வலி தர்காவில்தான் அடக்கம் செய்யப்பட்டுள்ளது. பொதுமக்கள் பார்வைக்கும் உள்ளது!

‘ஏன் வந்தாய்?’ என்று குந்தவை கிளியைக்கேட்டபோது, ‘பகவானை ஜீவனோடு தரிசிக்க’ என்று பாபாவைப் பார்த்துக்கொண்டே பதில் சொன்னது கிளி! இந்த அற்புதக் கிளி ஒரு ஹாஃபிஸ் (முழுக்குர்’ஆனையும் மனனம் செய்தது) என்று சொல்லப்படுகிறது.

6

பாறையை நிறுத்திய கை

திருச்சி என்றாலே அடுத்து நினைவுக்கு வருவது உச்சிப் பிள்ளையார் கோயில்தான். அன்று உச்சிப்பிள்ளையார் கோயிலில் மேளதாளங்கள் முழங்கின. அதிகாலையிலேயே உறையூர், திருவரங்கம் போன்ற ஊர்களிலிருந்து மக்கள் கூட்டம் கூட்டமாக வரத்தொடங்கினர். விநாயகனே வினைதீர்ப்பவனே, குணாநிதியே என்றெல்லாம் கூறிக்கொண்டு மக்கள் திரண்டனர். ஏனெனில் அன்று விநாயகச்சதுர்த்தி.

தமிழகத்தின் எல்லாக் கோயில்களிலும் ஆராதனை நடந்தாலும் திருச்சி உச்சிப்பிள்ளையார் கோயிலில் நடப்பது ரொம்ப விசேஷமானது. அதன் மகத்துவம், முக்கியத்துவம், விசேஷம் கருதி அருகிலுள்ள மற்றும் தூரத்திலுள்ள ஊர்களிலிருந்தும் மக்கள் கும்பலாகக் குடும்பத்துடன் வரத்தொடங்கினார்கள்.

கதிரவன் நடுவானை நோக்கி மெல்ல நகர ஆரம்பித்தான். கருங்கல் பாறைப் பாதையில் மேலேறி வந்த மக்களின் கண்களை கதிரவனின் உக்கிரமான கதிர்கள் கூசவைத்தன.

முக்கியமான அந்த நாளில் உச்சிப்பிள்ளையாரை மட்டுமின்றி பாபாவையும் தமக்கை குந்தவை நாச்சியாரையும் தரிசித்துப் போக ராஜராஜ சோழனும், கொடும்பாளூர் வானதி தேவி,

பஞ்சமன் மாதேவி ஆகிய அவனது இரண்டு மனைவிகளும் திரிசிரபுரத்து விஜயம் செய்தனர். ராஜராஜ சோழனுக்குப் பல மனைவியர் என்று கூறப்படுகிறது. எட்டு மனைவியரின் பெயர்களை விக்கி தருகிறது! ஆனால் உச்சிப்பிள்ளையார் கோயிலுக்கு அன்று வந்தது இந்த இரண்டு பேர்தான்.

அத்தை குந்தவையைப் பார்க்க ராஜராஜனின் மகனும் மகளும் விரும்பினர். தன் மகளுக்குக் குந்தவை என்றுதான் ராஜராஜன் பெயர் வைத்திருந்தான். சகோதரி பாசம். எனவே இளைய குந்தவையும் மகன் ராஜேந்திரனும் உடன் வந்தனர். பாதுகாப்புப் படையினர் சூழ, காவிரிக்கரை ஓரமாகவே யானைகளிலும் குதிரைகளிலும் பயணித்து ராஜராஜனின் அரச குடும்பம் மலைக்கோட்டை அடிவாரத்தை அடைந்தனர். வில்லேந்திய படையொன்றும், வாளேந்திய படையொன்றும் மாதண்ட நாயகன் என்ற படைத்தளபதியின் தலைமையில் ராஜ குடும்பத்துக்குப் பாதுகாப்பாக உடன் வந்தன. ஆனால் பாதுகாப்புக்காக உடன் வந்த எல்லாப் படையினரும் மன்னரோடு மலையேறிச் செல்லவில்லை. காலாட்படையினர் மட்டும் நூறுபேர் ராஜராஜன் குடும்பத்தோடு உடன் சென்றனர்.

மலைப்பாதையின் நடுப்பகுதியில் அமைக்கப்பட்ட குடில்களில் பாபாவும் குந்தவை நாச்சியாரும் பாபாவோடு வந்த கலந்தர்கள் சிலரும் தங்கியிருந்தனர்.

திடீரென்று வானத்தில் இருள் சூழ்ந்தது. பலமான சூறைக்காற்று வீசத்தொடங்கியது. கடுமையான மழைபெய்யுமோ என்று மக்கள் நினைத்தனர். அதை நினைத்து அவர்களுக்குக் கொஞ்சம் அச்சமாகக்கூட இருந்தது. நாலாபுறமும் மெல்ல இருள் சூழத்தொடங்கியது. அப்போது குன்றின் உச்சியில் இடியோசை போன்ற பெரும் சப்தம் எழுந்தது.

மின்னல் இல்லாமல் இடியா என்று பக்தர்கள் திகைத்தார்கள். அப்போதுதான் மலையுச்சியில் இருந்து உருண்டு வரும் பெறும் பாறையை அவர்கள் பார்த்தனர். பெரிய ராட்சசனைப்போல அது உருண்டு உருண்டு மக்கள் இருந்த இடத்தை நோக்கி விரைவாகக் கீழிறங்கிக்கொண்டிருந்தது. கீழே வரவர அதன் வேகம் பௌதிக விதிப்படி கூடிக்கொண்டே போனது. அச்சத்தில் கூச்சலும் குழப்பமும் ஏற்பட்டது. ஐயோ ஐயோ என்று மக்கள்

கத்த ஆரம்பித்தனர். பாறை உருண்டு வருவதைப் பார்த்து சிலர் கத்தினர். சிலர் கத்துவதைப்பார்த்து பலர் கத்தினார்கள். பெரும் மண் புழுதி எழுந்து கண்ணுக்கெட்டிய தூரம் வரை படர்ந்தது. முருகா முருகா என்றும் பிள்ளையாரப்பா என்றும் கூக்குரல்கள் எழுந்தன. ராஜ குடும்பத்தினருக்கும் பாதுகாப்புப் படையினருக்கும் என்ன செய்வதென்று தெரியவில்லை.

எந்தப் பக்கம் அந்தப் பாறை ராட்சசன் கீழிறங்குவானோ? யார் யாரையெல்லாம் நசுக்குவானோ! எத்தனை உயிர்கள் இன்று பலியாகப்போகிறதோ? அவரவர் குலதெய்வத்தை மக்கள் நினைக்கவும் உரத்த குரலில் அழைக்கவும் செய்தனர்.

அப்போது ஒரு கை, ஆமாம் ஒரேயொரு கை, அந்தப் பாறையை நிறுத்தியது. அந்தக் கைக்குச் சொந்தக்காரரான அந்த மாமனிதர் யார் என்று அனைவரும் வியப்புடன் பார்க்க ஆரம்பித்தனர். அவர் நிறுத்திய இடத்தில் அப்பாறை அசைவில்லாமல் நின்றது. 'பந்த், பந்த், யா இஸ்ராஃபீல்' என்ற அவருடைய உத்தரவுக்கு அடிபணிந்ததைப்போல.

யாரந்த இஸ்ராஃபீல்? காற்றுக்கும் மழைக்கும் அதிபரான வானவரின் அரபிப் பெயர்தான் அது. அதாவது காற்றையும் மழையையும் இறைவனின் உத்தரவின் பேரில் அடக்கியாள்பவர்.

இப்படி எல்லா இயற்கை சக்திகளுக்கும் பொறுப்பாளர்களாக இறைவன் சில வானவர்களை நியமித்துள்ளான். மதத்துக்கு மதம் அவர்களின் பெயர்கள் மட்டும் மாறி மாறி வரும். மரணத்தின்போது உயிரை எடுக்க வரும் வானவர் பெயர் இஸ்லாத்தில் இஸ்ராயீல். இந்து மதத்தில் யமன். ஒவ்வொரு மனிதனின் நல்ல மற்றும் தீய செயல்களைக் குறித்து வைக்கும் வானவர்கள் இஸ்லாத்தில் முறையே கிராமுன், காத்திபீன். இந்து பாரம்பரியத்தில் வானத்தின் பொறுப்பு அதிதி. இப்படிச் செல்லும்.

காற்றையும் மழையையும் அடக்கியாளும் வானவரின் பெயரைச் சொல்லி அழைத்த பாபா அப்பாறையை நிறுத்தும்படி அவருக்கு உத்தரவு கொடுத்தார்கள். அவர்கள் சொன்னால் கேட்டாக வேண்டும். ஏனெனில் முஸ்லிம் ஞானிகளில் 'அவ்தாத்' என்று சொல்லக்கூடிய மிக உயர்ந்த அந்தஸ்தில், மிக உயர்ந்ததொரு நிலையில் பாபா இருந்தார்கள்.

சற்று நேரத்துக்கெல்லாம் மீண்டும் சூரியன் உதித்தது. வெளிச்சமும் வெயிலும் மக்களைச் சந்தோஷப்படுத்தின. பேராபத்திலிருந்து நூற்றுக்கணக்கான மக்கள் காப்பாற்றப் பட்டனர். அந்த மாபெரும் அதிசயத்தைப் பார்த்தவாறு மெய்மறந்து பக்தகோடிகள் நின்றனர்.

கூட்டத்தில் உடல் முழுதும் திருநீறு பூசிய ஒரு மொட்டைத்தலை சிவபக்தன் இருந்தான். 'ஆண்டகையைப் பாருங்கள். நெற்றிக் கண்ணும் கையில் உடுக்கையும், கழுத்தில் பாம்புமாக எனக்கு சிவபெருமானாகவே ஆண்டகை காட்சி தருகிறார், சிவ சிவா' என்று கூறிய அவன் கண்களில் ஆனந்தக்கண்ணீர்! இன்னும் சிலருக்குப் பாற்கடலில் சயனிக்கும் விஷ்ணுவாக பாபா தெரிந்தார்கள்.

இப்படி அவரவர்க்குத் தத்தம் கடவுளெனக் காட்சி கொடுத்த பாபா அவர்கள் மெல்ல இறங்கிக் கீழே வந்தார்கள். திருசிர புரத்தில் வாழ்ந்த அரபு வணிகர்களும், நவமுஸ்லிம்களும், வியாபாரிகளும் நடந்த அந்த அற்புதம் பற்றிக் கேள்விப்பட்டு பாபாவைக் காண விரைந்தோடி வந்தார்கள். அதிலொருவர் அவ்தாதுகளைப் பற்றி அறிந்தவர். ஒரு காலகட்டத்தில் உலகில் நான்கு அவ்தாதுகளே இருப்பார்கள் என்றும், அவர்களைப்பற்றி இறைவன் திருமறையில், அவர்கள் 'பூமியின் முளைகள்' என்று குறிப்பிட்டிருப்பதாகவும் *(78:07)*, அவர்களை உலகின் பரிபாலகர்கள் என்று சொல்லலாம் என்றும் சொல்லிக் கொண்டே வந்தார்.

அப்படி அவர் சொல்லிக்கொண்டிருந்தபோது பாபா கீழே இறங்கி வந்துகொண்டிருந்தார்கள். கூட்டம் பாபாவை நோக்கித் திரும்பியது. கூட்டத்தில் பேசிய மனிதரை நோக்கி பாபா, 'யா ஹிள்ர், அஸ்ஸலாமு அலைக்கும்' என்று கூறினார்கள்.

'யா அல்லாஹ், யார் யார்? ஹிள்ர் நபியா?' என்று கூட்டத்தினர் தங்களிடம் அவ்தாத் பற்றிச் சொல்லிக்கொண்டு வந்த ஒல்லியான, கண்களில் ஒளி பொங்க நின்றுகொண்டிருந்த அம்மனிதரைக் காணத் திரும்பினார்கள். ஆனால் 'வ அலைக்குமுஸ்ஸலாம்' என்று கூறியவண்ணம் அவர் காற்றில் கரைந்து மறைந்து போனார்! (ஹிள்ர் என்பவர் இறைத்தூதர்களுக்கெல்லாம் வழிகாட்ட இறைவனால்

அனுப்பப்பட்ட இறவா வரம்பெற்ற ஓர் இறைத்தூதர் என்பது இஸ்லாமிய நம்பிக்கை).

வெள்ளிக்கிழமை ஜும்'ஆ தொழுகைக்கான பாங்கோசை காற்றில் மிதந்து வந்தது. திரிசிரபுரத்தில் கட்டப்பட்டிருந்த தமிழகத்தின் முதல் பள்ளிவாசலை நோக்கி பாபா விரைந்தார்கள். சில முஸ்லிம்களும் பாபாவோடு பள்ளிக்கு விரைந்தார்கள். அப்பள்ளிவாசலுக்குக் கல்லுப்பள்ளி என்று பெயர். கற்களால் கட்டப்பட்ட பள்ளிவாசல் என்று பொருள் படும்படி அது அப்படி அழைக்கப்பட்டிருக்கலாம். அதன் சிதிலங்கள் இன்னும் இருப்பதாகச் சொல்லப்படுகிறது. கிபி 738-ல் கட்டப்பட்ட அதுதான் தமிழ்நாட்டில் கட்டப்பட்ட முதல் பள்ளிவாசலாகும்.

7

சித்தர்களுடன் சந்திப்பு

மாலை நேரங்களில் இருள் கவிழ்வதற்கு முன் தோட்டத்தில் பாடிக்கொண்டிருப்பது குந்தவை நாச்சியாரின் வழக்கம். குந்தவை நன்றாகப்பாடுவார். அவர் பாடும்போதெல்லாம் அவரைச் சுற்றி மின்மினிப் பூச்சிகள் அல்லது நெருப்புப் பொறிகள் பறந்தன. அது தோழிகளுக்கு ஒருவித அச்சத்தைக் கொடுத்தது.

அன்று அமாவாசை முன்னிரவு. மேகங்கள் வானப்பரப்பை மறைத்து விட்டன. ஆகாயத்தில் ஒரு நட்சத்திரம்கூடத் தெரியவில்லை. ஆனால் குந்தவை பாடத்தொடங்கியதும் குந்தவையின் முகத்தையும் உடலையும் சுற்றி மீண்டும் மின்மினிப்பூச்சிகள்! அதைப்பார்த்துக்கொண்டிருந்த தோழியர் பயந்துபோய் பாபாவின் தவச்சாலைக்குள் சென்று பாபாவிடம் விஷயத்தைச் சொன்னார்கள். பாபா வெளியில் வந்து குந்தவை பாடுவதைக் கேட்டார்கள்.

ஓடிஓடிஓடி உட்கலந்த சோதியை
நாடிநாடிநாடி நாட்களும் கழிந்துபோய்
வாடிவாடிவாடி மாண்டுபோன மாந்தர்கள்
கோடிகோடிகோடி எண்ணிறந்த கோடியே

இப்படிப்பட்ட சித்தர் பாடல்களைக் குந்தவை பாட, கூடவே அவரது செல்லக்கிளியும் பாடத்தொடங்கியது. குந்தவை நாச்சியாரைச் சுற்றிப் பறந்தது மின்மினிப் பூச்சிகளல்ல, நெருப்புப்பொறிகளுமல்ல. ஆன்மிக உலகில் தவ முயற்சியை மேற்கொள்வோரின் உடலைச் சூக்குமம் மிகைக்கும்போது தோன்றும் ஒளி என்பது பாபாவுக்கு விளங்கியது. 'மாமா ஜிக்னி' என்று குந்தவையைச் செல்லமாக அழைத்தார்கள் பாபா. 'மாமா ஜிக்னி' என்றால் ஃபார்ஸி மொழியில் 'மின்மினிப்பூச்சி' என்று பொருள். 'ஒளிபொருந்திய முகத்தையுடைய பெண்ணே' என்றும் அர்த்தம் வரும். அன்றிலிருந்து குந்தவை மாமா ஜிக்னியானார்.

என்ன பாடல் பாடிக்கொண்டிருந்தாய் என்று வினவினார்கள். சித்தர் சிவவாக்கியர் பாடல். அதை நான் என் இஷ்டப்படி கொஞ்சம் மாற்றிப் பாடிக்கொண்டிருந்தேன் என்று குந்தவை பதில் கூறிவிட்டு, 'இன்று போகரின் தலைமையில் சில சித்தர்கள் வந்து உங்களைச் சந்தித்தார்களே, என்ன பேசினீர்கள்? நான் அவர்களுக்கு விருந்து தயாரிக்கும் வேலையில் இருந்ததால் என்ன பேசினீர்கள் என்று கவனிக்க முடியவில்லை' என்று சொன்னார்.

'வாதப்பிரதிவாதங்களுக்கு இடமே இல்லாமல் பேசினோம் மகளே. தமிழர்களின் ஆதிமதமே சித்தர்களின் மார்க்கம்தான் என்பதை அவர்கள் விளக்கினார்கள். அப்படி அவர்கள் விளக்கும்போது அது அடிப்படையில் இஸ்லாம் சொல்வதோடு ஒத்துப்போனது. போகருடன் வந்த அனைவருமே அற்புதமான மனிதர்களாக இருந்தார்கள். குறிப்பாகக் கொங்கணர், கருவூரார், புலிப்பாணி போன்றவர்கள்' என்று பாபா பதில் கூறினார்கள்.

'தந்தையே, கடைசியில் துலுக்கர் மதம் என்று ஏதோ சொல்லிப் பாடிக்கொண்டு போனாரே, அது என்ன?' என்று கேட்டார் குந்தவை.

'இஸ்லாத்தைப்பற்றிக் கேட்டார்கள் மகளே. 'இறைவனைத் தவிர வேறு இறைவனில்லை. முஹம்மது நபிகள் இறைவனது தூதர்' என்று முஸ்லிம்கள் அரபியில் சொல்வதன் பொருளை அவருக்கு எடுத்துரைத்து விளக்கினேன்' என்றார்கள்.

'போகரின் குருநாதர் யாராம்?'

'அகத்தியர் என்று சொன்னார் மகளே'.

'அகத்தியர் 15000 ஆண்டுகளுக்கு முன் வாழ்ந்தவர் அல்லவா? இவர் எந்த அகத்தியரைச் சொல்கிறார்?'

'தெரியவில்லை மகளே. அகத்தியர்தான் குரு என்றார். பின்னர், என் அகத்தில் நீங்கள்தானே இருக்கிறீர்கள்?! என் அகத்தியர் தாங்களே என்றும் சொன்னார்' என்று பாபா சொன்னார்கள்.

மாமாஜிக்னி மீண்டும் பாட ஆரம்பித்தார். அவரது கிளியும் பின்பாட்டுப் பாடியது (குந்தவையோடு சேர்த்து இந்தக்கிளியும் திருச்சி நத்ஹர் வலி தர்காவில் அடக்கம் செய்யப்பட்டுள்ளது).

8

பெரிய கோயிலின் கபாலக்கல்

கரிகால் சோழன் கட்டிய கல்லணை வழியாக ராஜராஜ சோழன் தன் பரிவாரங்களுடன் வந்துகொண்டிருந்தான். திரிசிரபுர எல்லைக்கு வந்ததும் யானை மேலிருந்து கீழிறங்கி நடக்க ஆரம்பித்தான். அதைப்பார்த்த மெய்க்காப்பாளர்களும், படைத்தளபதிகளும், சேனாவரையன், சேனாதிராயன் பொறுப்பிலிருந்த வீரமறவர்களும் மன்னன் எவ்வழி மக்கள் அவ்வழி எனும்படி தரையிறங்கி நடக்கத்தொடங்கினார்கள். ஆனால் பாபா மீதான மரியாதை காரணமாகவே அவர்கள் வாழும் ஊருக்குள் நுழையும்போதே பாதசாரியாக மன்னன் ராஜராஜன் வந்தான் என்பதை அவர்கள் அறியமாட்டார்கள்.

பாபா, குந்தவை, தோழியர், கிளி எல்லாரும் வாழ்ந்து கொண்டிருந்த மலையடிவாரத்திலிருந்த வளாகத்துக்குள் ராஜராஜன் புகுந்தான். அவனைத் தொடர்ந்து மற்ற முக்கியஸ்தர்களும் உள்ளே சென்றனர். 'ராஜராஜ சோழன் வாழ்க, கேரளாந்தகன் வாழ்க, சிங்களாந்தகன் வாழ்க, மும்முடிச்சோழன் வாழ்க' என்றெல்லாம் கோஷங்கள் எழும்பின. தன் இரு கரங்களையும் உயர்த்தி அவற்றை 'ஆஃப்' செய்தான் ராஜராஜன்.

நேராக பாபா இருக்குமிடம் சென்று அவர்களின் பாதங்களைத் தொட்டு மரியாதை செய்தான். அவன் குனிந்து எழுந்தபோது குந்தவை தெரிந்தாள். பாசத்தால் இருவர் கண்களும் பனித்தன. பாபா இருவரையும் பரிவோடு அணைத்துக் கொண்டார்கள். பின்னர் கொஞ்ச நேரம் சாதாரணமாகப் பேசிக்கொண்டிருந்தனர்.

'மகனே, நீ வென்று வந்த நாடுகள் பற்றிய விபரங்களை எல்லாம் குந்தவை எழுதி வைத்துவிட்டாள். நீங்கள் அவற்றை கல்வெட்டில் பதிக்க வேண்டும்' என்று கூறினாள். அதைக் கேட்டுப் புன்னகைத்த குந்தவை தான் எழுதி வைத்ததைப் படிக்க ஆரம்பித்தாள்:

காந்தளூர் சாலைக் கலமறுத்தருளி
வேங்கை நாடும் கங்கபாடியும்
குடமலை நாடும் கொல்லமும் கலிங்கமும்
முரட்டொழிற் சிங்களர் ஈழமண்டலமும்
இரட்டபாடி யேழரை இலக்கமும்
முந்நீர்ப் பழந்தீவு பன்னீராயிரமும்
திண்டிறல் வென்றித்தண்டாற் கொண்டதன்
எழில் வளர் ஊழியுள் எல்லாயாண்டும்
தொழுதக விளங்கும் யாண்டே

இவ்வாறு குந்தவை பாடவும், 'போதும் போதும் அக்கா, நான் இனி எங்கும் போவதாக இல்லை. உன்னைப்போல் நானும் பாபாவோடு தங்கலாம் என்று நினைக்கிறேன்' என்றான்.

பாபா குறுக்கிட்டு, 'மகனே தஞ்சையில் உன் கோயில் பணி முடிவடையவில்லையே! உன் ஆலயத்தின் மூலவர் யார்?' என்று கேட்டார்கள்.

'பாபா, இஸ்லாம் உருவ வணக்கத்தைக் கூறுவதில்லை என்று நீங்கள் கூறியுள்ளீர்கள் அல்லவா? எனவே நான் மூலவராக உருவமில்லா சிவலிங்கத்தை அமைத்துள்ளேன்' என்று கூறினான்.

'என்ன சொல்கிறாய் நீ?'

'ஆம் தந்தையே. இறைவனின் ஆதி ஆலயமான க'அபாவை நான் பார்த்ததில்லை. ஆனால் அது உயரமானதோர் நாற்சதுரக் கருங்கல் மேடை என்று நீங்கள் கூறியிருக்கிறீர்கள். நான் இந்த நாட்டில் வேறு எங்குமே இல்லாத உயரத்தில்

நாற்சதுரமான கருவறைக்குள் மூலமூர்த்தியாகச் சிவலிங்கத்தை நிறுவியுள்ளேன்.'

'என்ன சொல்கிறாய் மகனே?'

'ஆம் தந்தையே. நான் சைவன். சிவபாத சேகரன் என்ற பெயர்கூட எனக்கு உண்டு. ஆனாலும் நான் தங்கள் ஆன்மாவின் மகனல்லவா?' என்றான்.

'நல்லது மகனே. எதைச்செய்தாலும் நோக்கம் நல்லதாக இருந்தால் முடிவு நல்லதாக அமையும் என்பது நபிமொழி மகனே' என்றார்கள்.

'தந்தையே, ஒன்றென்றிரு, தெய்வம் உண்டென்றிரு என்பதே என் நோக்கம்' என்றான் ராஜராஜன். அன்புடன் அவனை ஆரத்தழுவி முத்தமிட்டார்கள் பாபா.

பின்னர் மெல்லத் தன் பிரச்னையைச் சொன்னான் ராஜராஜன். 'தந்தையே, கோயிலின் வானளாவிய விமானத்தின் உச்சியில் கபாலக் கல்லை ஏற்றுவது பெரும் பிரச்னையாக உள்ளது. மற்றபடி எல்லா வேலைகளும் முடிந்துவிட்டன' என்றான்.

'அப்படியா. ஒன்று செய். பெரிய பெரிய பஞ்சுப் பொதிகளை ஆலயத்தைச் சுற்றி ஏணிப்படிபோல சரிவாக அமைத்து அதன் மீது கபாலக் கல்லை உருட்டிக்கொண்டு மேலேற்றச் சொல். அந்தக் காரியம் சுலபமாக முடியும், இன்ஷா அல்லாஹ்' என்று கூறினார்கள்.

'வந்த வேலை முடிந்ததா தம்பி. யோசனை கேட்கத்தானே வந்தாய்? இவ்விஷயத்தைப் பாபா நேற்றே என்னிடம் சொல்லி விட்டார்கள்' என்றாள் குந்தவை!

திகைத்து நின்றான் ராஜராஜன்.

குறிப்பு: தஞ்சை பிரகதீஸ்வரர் ஆலயத்தின் கபாலக் கல்லை மேலேற்ற பஞ்சுப் பொதிகளைப் பயன்படுத்தலாம் என்று போகர் சொன்னதாக ஒரு செய்தியுண்டு. கோயில் கட்டப்பட்ட பத்தாம் நூற்றாண்டில் போகர் வாழவில்லை எனவே இக்கருத்து பொருந்தாது என்று 'தோற்றக்கிரம ஆராய்ச்சியும் சித்தமருத்துவ வரலாறும்' என்ற நூலின் ஆசிரியர் டாக்டர் க.சு. உத்தமராமன் கூறுகிறார் (பக்கம் 324).

9

ராஜராஜனின் மறைவு

பாபாவுக்கு எழுபது வயது நிறைவுற்றிருந்தது. அவர்களைக் குளிப்பாட்டி, துவாலை கொண்டு துடைத்து, தூய்மையான வெள்ளை ஆடை உடுத்தித் தன் இரு கரங்களாலும் அணைத்தபடி சாய்மனைப்பலகையில் அமர வைத்தார் மாமாஜிக்னி என்ற குந்தவை நாச்சியார்.

அது நோன்பு மாதமாக இருந்தது. அசர் எனப்படும் மாலைத் தொழுகைக்குப் பின்னர் பாபா உரையாற்றினார்கள். இம்மையிலேயே மறுமைக்கு மனிதன் தன்னைத் தயார் செய்துகொள்வது எப்படி என்பது பற்றிக் கூறினார்கள். ராபியா பஸரி என்ற சூஃபிப் பெண்ணைப் பற்றிச் சிலாகித்து நிறைய விஷயங்களைக் கூறினார்கள். ராபியாவுக்கும் ஹஸன் பஸரி என்ற சூஃபிக்கும் இடையே நடந்த சுவாரஸ்யமான தகவல் களையெல்லாம் கூறிக்கொண்டிருந்தார்கள். தன்னைத் திருமணம் செய்துகொள்ள ஹஸன் பஸரி கேட்டபோது ஆன்மிக வாழ்வுக்காகவே தன்னை அர்ப்பணித்திருந்த ராபியா சொன்ன அற்புதமான பதில்களையெல்லாம் கூறினார்கள்.

தன்னோடு வந்த கலந்தர்கள் (திருமணம் செய்துகொள்ளாத ஆன்மிகவாதிகள்) யாரேனும் திருமணம் செய்துகொள்ள

ஆசைப்பட்டால் நல்ல குணவதியாகப் பார்த்து, முறைப்படி உரிய மஹரைக்கொடுத்து திருமணம் செய்து முறைப்படி வாழவேண்டும் என்று அறிவுறுத்தினார்கள். கலந்தர்களுக்கு ராபியாவைப்போன்ற மனத்துறவு அவசியம் என்பதையும் வலியுறுத்திச் சொன்னார்கள்.

இப்படி உபதேசம் செய்துகொண்டே இருந்த பாபா திடீரென்று, 'மகனே ராஜராஜ், வெட்ட வெளியில் நிற்காதே, சூக்குமத்துள் பாய்ந்துவிடு' என்று கிழக்குப் பக்கமாகத் திரும்பிச் சொன்னார்கள். அவர்கள் ஏன் அப்படிச் சொன்னார்கள் என்று யாருக்கும் புரியவில்லை. பேரமைதி நிலவியது. பாபா தன் கண்களில் துளிர்த்த கண்ணீரைத் துடைத்துக் கொண்டார்கள். ஏன் திடீரென்று அழுதார்கள் என்பதும் யாருக்கும் புரியவில்லை. பிறகு உறங்கி விட்டார்கள்.

விடியலில் தஞ்சையிலிருந்து இரண்டு குதிரை வீரர்கள் விரைந்து வந்து பாபாவின் இருப்பிடம் சேர்ந்தார்கள். தஞ்சை மன்னன் ராஜராஜ சோழன் முன்னிரவில் காலமாகி விட்டதாகத் தகவலைச் சொன்னார்கள். பாபாவின் மடியில் விழுந்து குந்தவை நாச்சியார் அழுது புரண்டார். முந்தியநாள் சொற்பொழிவின்போது திடீரென்று, 'மகனே, ராஜராஜ், சூக்குமத்துள் பாய்ந்துவிடு' என்று பாபா சொன்னது குந்தவைக்கு ஞாபகம் வந்தது. பாபா சொன்ன வார்த்தைகளின் அர்த்தம் அப்போதுதான் புரிந்தது. பல தோழர்களும் கலந்தர்களும் நாச்சியாருக்கு ஆறுதல் சொல்ல முயன்றனர்.

'ராஜ ராஜன் என் உத்தம சீடர்களில் ஒருவன். அவன் மரித்தவர்களின் பட்டியலில் இடம்பெறவில்லை மகளே' என்று பாபா சொன்னார்கள்.

10

பாபா, குந்தவை மறைவு

பிற்பகல் தொடங்கி இரவு முழுவதும் புயல் வீசியது. நூற்றுக்கணக்கான பேய்கள் ஓலமிடுவதுபோல காற்றின் பேரோசையில் காதுகள் செவிடாகிவிடும்போல இருந்தது. பெரிய மரங்கள் முறிந்து விழுந்தன. காவிரியிலும் கொள்ளிடத்திலும் வெள்ளம் கரைபுரண்டு ஓடியது.

'அதிகாலையில் நான் இம்மை நீங்கி மறுமை செல்வேன்' என்று பாபா ஏற்கெனவே முன்னறிவிப்பு செய்திருந்தார்கள். கடந்த ஒரு வருஷமாகவே பாபாவுக்கு உடல் முடியாமல்தான் இருந்தது. அவர்களால் நின்று தொழமுடியவில்லை. உட்கார்ந்த வண்ணம் தொழுகைக்கான சைகைகளை மட்டும்தான் கொடுக்க முடிந்தது.

அந்த ஆண்டு முழுவதும் முழு நிர்வாகமும் குந்தவை நாச்சியாரிடம்தான் இருந்தது. பாபாவின் சகோதரர் மகள் சுல்தான் பீபியும், பாபாவின் கலீஃபாவின் (ஆன்மிகப் பாதையின் பொறுப்புத் தலைவர்) மருமகன் அப்துர்ரஹ்மான் சித்தீக்கும் நிர்வாகத்தில் குந்தவைக்கு உதவியாக இருந்தனர். ஜாதிமதப் பேதமின்றி நாலா பக்கத்திலிருந்தும் ஆண்களும், பெண்களும், குழந்தைகளும் பாபாவைப் பார்க்க வந்த வண்ணமிருந்தனர். அவர்களை நேரில் கண்டு உடல் பிரச்னைகளையும் மனப்

பிரச்னைகளையும் தீர்த்துக்கொண்டனர். பேய் பிசாசு பிடித்தவர்கள், சிஹ்ர் எனப்படும் செய்வினை, சூனியம், மந்திரங்களால் பாதிப்புக்கு உள்ளானவர்களும் பாபாவின் தொடலாலும் பிரார்த்தனையாலும் குணமடைந்து திரும்பினர்.

அது நோன்பு பிடிக்கும் ரமலான் மாதமாக இருந்தது. அது பிறை பதினான்கு. வெள்ளிக்கிழமை. அதிகாலை நேரம் நோன்பு பிடிப்பதற்காக பால் அருந்திவிட்டு, படுக்கையில் எழுந்து அமர்ந்து, ஃபஜ்ர் எனப்படும் அதிகாலைத் தொழுகையை அமர்ந்த நிலையிலேயே பாபா செய்தார்கள். அதில் ஒரு கட்டத்தில் நெற்றியைத் தரையில் வைக்க வேண்டும். அது சுஜூது எனப்படும். அந்த சுஜூது நிலையிலேயே அவர்களது உயிர் பிரிந்தது.

மழை ஓய்ந்தது. விஷயம் கேள்விப்பட்டு பாபாவின் நல்லடக்கத்தில் கலந்துகொள்வதற்காக மக்கள் கூட்டம் கூட்டமாக வந்து போனார்கள். பாபா அடக்கம் செய்யப்பட்ட மூன்றாம் நாள் கலந்தர்களும் நகர மக்களும் திருமறையை ஓதி அவர்கள் பெயரால் அதை ஹதியா (அர்ப்பணம்) செய்தார்கள். குந்தவை நாச்சியாரோடு சேர்ந்து அவரது கிளியும் அவ்வப் போது திருமறையை ஓதியது. பாபாவின் பீடத்தில் அமர்ந்து குந்தவை நாச்சியார் மக்களுக்குச் சொற்பொழிவாற்றினார்.

'இறைநேசர்கள் இறப்பதில்லை. அவர்கள் நித்தியக் காலமும் ஜீவித்திருக்கிறார்கள். வாழ்நாள் முழுவதும் இறைக்காதலில் மூழ்கிய பாபாவின் ஆன்மா இப்போதும் நம்மை அருகிலிருந்து கவனித்துக் கொண்டிருக்கிறது.'

'கடந்த ஆண்டு ஒரு கலந்தர் நம் பாபாவிடம் வந்து, பரிபூரணமான குருமகானின் நிலை எவ்வாறு இருக்கும் என்று கேட்டார். நான் என்ற அகங்காரத்தை இல்லாமலாக்கிக்கொள்ள வேண்டும் என்று பாபா கூறினார்கள்.

'நம்மிடத்தில் உள்ள அகந்தை அழிந்து எல்லாம் அவனே என்ற நினைவு மனதில் முழுமை பெற்றால்தான் இது சித்தியாகும்.

'குருவின் திருவடியில் சரணடைந்தால், பெருமானாரின் பாதத்தில் பொருத்தம் பெற்றால், இறைவனின் யதார்த்தத்தில் இரண்டறக் கலந்தால், நம்முடைய நானானது அவனாக மறுமலர்ச்சி அடையும்.

‘எனக்கும் என் சகோதரன் ராஜராஜனுக்கும் தீட்சை அளித்த குருபிரானான பாபாவை இம்மைக்கும் மறுமைக்கும் எங்களுக்குப் போதுமானவர்களாக ஆக்கிக்கொண்டோம்’ என்று குந்தவை பேசி முடித்தார்.

நத்ஹர் வலி சன்னதி

அவருக்கு மிகவும் களைப்பாக இருந்ததால் தண்ணீர் கொடுக்கப் பட்டது. மூன்று மிடக்கு அருந்திவிட்டு பாபா அடக்கம் செய்யப்பட்ட இடத்தில் அவர்கள் காலடியில் தலைவைத்துப் படுத்த குந்தவை நாச்சியார் அப்படியே சில நொடிகளில் காலமானார்.

சோழப்பைங்கிளி வளர்த்த பசுங்கிளியும் கொஞ்ச நேரத்தில் செத்துப்போனது. குந்தவைக்கு பாபா வைத்த பெயர் ஹலீமா. சொல்லி வைத்த மாதிரி எல்லாம் நடந்தேறின. அந்தக் கிளியும் திருச்சி தஃப்லே ஆலம் பாதுஷாவின் தர்காவிலேயே அடக்கம் செய்யப்பட்டுள்ளது.

குந்தவை நாச்சியார் மற்றும் அவர் வளர்த்த
பசுங்கிளியின் அடக்கஸ்தலங்கள்

அன்றிலிருந்து இன்றுவரை திருச்சி நத்ஹர் வலி தர்காவை அவர்களின் கலீஃபாவும் (ஆன்மிகப்பாதையின் பிரதிநிதி) மருமகனுமான அப்துர்ரஹ்மான் சித்தீக்கியின் வழித் தோன்றல்கள்தான் நிர்வகித்து வருகின்றனர்.

ஐந்து நூற்றாண்டுகளுக்குப் பிறகு நாகூர் நாயகம் காதிர் வலியவர்கள் பாபாவின் தர்காவுக்கு விஜயம் செய்தார்கள். அதுபற்றி பாபாவே முன்னறிவிப்பு செய்திருந்தார்கள். 'ஷாஹுல் ஹமீது என்ற இறைநேசச்செல்வர் என் தர்பாருக்கு வந்துகொண்டிருக்கிறார். அவரை உரிய முறையில் வரவேற்றுக் கௌரவியுங்கள்' என்று கனவில் பாபாவே உத்தரவு கொடுத்து விட்டிருந்தார்கள். எனவே அவர்கள் சொன்னதுபோலவே நாகூர் நாயகம் அவர்களுக்குப் பலத்த வரவேற்பும் மரியாதையும் கொடுக்கப்பட்டது.

தன் 404 சீடர்களுடன் நாகூர் நாயகம் வந்தபோது பாபாவின் தர்பார் கதவுகள் தாமாகவே திறந்துகொண்டன. நாகூர் நாயகமவர்கள் மட்டும் தர்பாரின் உள்ளே சென்றதும் கதவுகள் தாமாகவே மூடிக்கொண்டன. நிர்வாகிகள் திகைத்தனர். நாகூர் நாயகத்தோடு வந்த ஃபக்கீர்கள் புன்னகைத்தனர்! பாம்பறியும் பாம்பின் கால்! மூடிய கதவுகள் மூன்று நாட்கள் வரை திறக்கவில்லை. திறக்க முயன்றும் முடியவில்லை! பின்னர் அது தாமாகவே திறந்தது! புன்னகை புரிந்தவர்களாக நாகூர் நாயகம் வெளியில் வந்தார்கள்!

தாயுமான சுவாமிகளின் 'வித்தாந்த சித்தர் கணமே' என முடியும் பத்துப் பாடல்களும் பாபாவை முன்னிலைப்படுத்திப் பாடப் பட்டவையாகக் கருதப்படுகின்றன. அதிலுள்ள 'பைங்கிளி படலம்' குந்தவை நாச்சியாரையும் அவர் வளர்த்த கிளியையும் பற்றியதாகக் கருதப்படுகிறது.

11

பாபாவின் பொன்மொழிகள்

- ஷரீயத் என்பது சொல்லாகும். தரீக்கத் என்பது செயலாகும்.
- இம்மையை நேசிப்பவர்களுக்கு இம்மையும் கிடைப்பதில்லை, மறுமையும் கிடைப்பதில்லை. மறுமையை நேசிப்பவர்களுக்கு மறுமையும் இம்மையும் கிடைக்கிறது என்று பெருமானார் கூறினார்கள்.
- எந்தப் பொருளிலும் உள்ள ஜீவனை நேசிக்கக் கற்றுக் கொள்ளுங்கள்.
- எந்த மனிதனிலும் அவனது ஆன்மாவை நேசிக்கக் கற்றுக் கொள்ளுங்கள். உங்களை நீங்கள் அமைதிப்படுத்திக் கொள்ள இதுதான் வழி.
- எல்லா மதங்களும் ஒரே மூலத்திலிருந்து உண்டாகி இருப்பதை நீங்கள் புரிந்துகொள்ளவேண்டும்.
- உடலில் உள்ள ஆன்மா தன் மூலஸ்தானத்துக்குத் திரும்பிவிடும். இப்படி ஓடும் ஆன்மாவை ஓடாமல் பிடித்து வைத்துக்கொள்ளும் வழியைத்தான் மதங்களில் உள்ள அந்தரங்க ஞானம் போதிக்கிறது.

- நீங்கள் வாழும் இப்பிரபஞ்சம் எல்லையற்றது. இந்தப் பரந்த வெளியில் ஒரு கொசுவைவிட அற்பமான ஜந்து என்பதுதான் உங்கள் நிலை.

- இந்த முடிவற்ற, ஆழம் காண முடியாத வெட்ட வெளியில் உங்களுடைய நூற்றாண்டுக் கால வாழ்நாள் என்பது ஒரு நொடிப்பொழுதினும் அற்பமானது.

- பிள்ளைகளே, தொழுகைக்காகக் கொடுக்கப்படும் பாங்கோசையானது ஆன்மிக வெற்றிபெற உங்களுக்குக் கொடுக்கப்படும் அழைப்பாகும்.

- தொழுகையும் நோன்பும் சக உடலின் உள்முகமாக இருக்கும் சூட்சும உடலை வெளிப்படுத்துவதற்கான பயிற்சியாகும்.

- தம்பூராவின் கம்பியில் நாதம் மறைந்திருப்பதுபோல் நமது உடலில் சூட்சுமம் மறைந்திருக்கிறது.

- சூட்சும உடலுக்கும் மரணத்துக்கும் சம்பந்தம் கிடையாது.

- ஜபம், தபம், திக்ரு, ஃபிக்ரு, யோகம், ஞானம், தரீக்கத், ஹகீகத், ம'அரிஃபத் என்ற எல்லா வார்த்தைகளுக்குமான ஒரே பொருள் நீ சூக்கும உடலை அடைந்துகொள்ள வேண்டும் என்பதுதான்.

- மதங்களின் அந்தரங்க ஞானம் ஞானகுருமார்களை ஆதாரமாகக் கொண்டதாகும்.

- யோக சாதனைகளின் நோக்கம் மனதைப் பரிசுத்தப் படுத்துவதுதான்.

- பரிசுத்தமான மனம் க'அபாவைவிட உன்னதமானதாகும்.

12

சில தகவல்கள்

1. இரண்டடி நீளமும் ஒன்றரை அடி அகலமும் கொண்ட தாளில் அல்லது தோலில் பாபா அவர்கள் தன் கையால் ஒரே இரவில் எழுதி முடிக்கப்பட்ட திருக்குர்'ஆன் உள்ளது. பெரிய பெரிய எழுத்துக்களில் உள்ளது. கையெழுத்தின் அழகுக்கு எந்த அச்சுப்பிரதியும்கூட ஈடாகாது. திருச்சி தர்காவில் மக்களின் பார்வைக்கும் இது வைக்கப் பட்டுள்ளது. ஒரே இரவில் திருக்குர்'ஆனை ஓதிமுடிப்பது கூட கடினம்தான். எழுதி முடிப்பதென்றால்? இறைநேசர் என்பதால் அவர்கள் நிகழ்த்திய அற்புதங்களில் இதுவும் ஒன்று. வளர்ப்பு மகளான ஹலிமா மற்றும் மாமா ஜிக்னி எனப்படும் குந்தவை நாச்சியாருக்காக அது எழுதப்பட்டது என்பது குறிப்பிடத்தக்கது. 1100 ஆண்டுகளாகியும் அத்திருமறை அன்று எழுதப்பட்டது போலவே இன்றும் உள்ளது.

2. திருச்சி நத்ஹர் வலி தர்கா ராஜராஜ சோழனின் மகனான ராஜேந்திர சோழனால் அடிக்கல் நாட்டப்பட்டு அடித்தளமிட்டுக் கட்டப்பட்டது.

3. திருச்சி தர்காவில் நபிகள் நாயகம் அவர்களின் புனித தாடியின் திருமுடி ஒன்றும் வைக்கப்பட்டுள்ளது.

ஒவ்வொரு மீலாதுந்நபியன்றும் அது திறக்கப்பட்டு பொது மக்களுக்குக் காட்டப்படும். அத்திருமுடியை தஃப்லே ஆலம் பாதுஷா தன்னுடன் கொண்டுவந்திருந்தார்கள்.

4. நாகூர் நாயகம் அவர்கள் திருச்சி நத்ஹர் வலி தர்காவில் உள்ளே போய் 40 நாட்கள் சில்லா இருந்ததாக (தனிமைத் தவத்தில்) சொல்லப்படுகிறது.

5. அந்தக் காலகட்டத்தில்தான் நாகூர் நாயகத்துக்கு கஞ்ச சவாயி (பெரும் பொக்கிஷம்) என்ற பட்டம் கொடுக்கப்பட்டது.

6. க்வாஜா அஹ்மதுல்லாஹ் ஷாஹ் என்ற ஞானி தஃப்லே ஆலம் பாதுஷாவின் தர்காவில் 12 ஆண்டுகள் கல்வத் எனப்படும் தனிமைத் தவம் பூண்டிருந்தார்கள். பின்னர் அவர் கனவில் பாபா வந்து சொன்னதன் பேரில் ஒரு மலையின்மீது போய் தவம் செய்ய ஆரம்பித்தார்கள். பின்னர் அங்கேயே அவர் இயற்கை எய்தினார். திருச்சி ஜமால் முஹம்மது கல்லூரிக்கு அருகில் இருக்கும் அந்த இடம் காஜா மலை என்று அறியப்படுகிறது.

7. நத்ஹர் என்ற சொல்லுக்கு 'சுத்தம் செய்பவர்' என்று பொருள்.

8. காவிரியில் ஒருமுறை வெள்ளப்பெருக்கு ஏற்பட்டபோது பாபா தன் கழியால் ஒரு பாறையின் மீது அடித்தார்கள். அதனால் ஏற்பட்ட சப்தம் இடியோசை போலக் கேட்டது. அதன் பிறகு வெள்ளம் வடிந்தது. அதனாலும் அவர்களுக்கு தஃப்லே ஆலம் என்ற பெயர் ஹிள்ர் நபியால் கொடுக்கப்பட்டதாகவும் சொல்லப்படுகிறது.

9. பாபா தனிமைத் தவத்திலிருந்தபோது அவர்களைக் கொல்வதற்காகச் சிலரால் ஒரு பாறை மேலிருந்து அவர்களை நோக்கிக் கீழே உருட்டி விடப்பட்டது. அதை அவர்கள் தன் கையால் சரியான தருணத்தில் நிறுத்தினார்கள். மலைக்கோட்டையில் அந்தப் பாறை இன்றும் நின்று கொண்டிருப்பதைப் பார்க்கலாம். (ராஜராஜ சோழன் மலைக்கோட்டைக்கு வந்தபோது உருண்டு வந்த பாறையும் இதுவாகவே இருக்கலாம்).

பாபா அவர்கள் தன் கையால்
எழுதிய திருக்குர்'ஆன்

நாகூர் நாயகம் அவர்கள்
சில்லா இருந்த இடம்

குந்தவை நாச்சியார் சந்நிதி

10. குந்தவை வளர்த்த செல்லக்கிளி முழுக்குர்'ஆனையும் மனனம் செய்த ஹாஃபிஸ் கிளி என்று சொல்லப்படுகிறது. இவ்வுலகில் முழு திருக்குர்'ஆனையும் மனனம் செய்த ஒரு பறவை, ஒரே வினோதப் பறவை அந்தக் கிளியாகத்தான் இருக்கமுடியும்.

11. தந்தையையும் சகோதரனையும் இழந்த குந்தவையின் கனவில் அடிக்கடி மழித்த தலையும் 'ஷேவ்' செய்த முகமுமாக ஒரு முஸ்லிம் பெரியார் தோன்றி அவளுக்கு ஆறுதல் கூறிக்கொண்டிருந்தார்கள். அது வேறு யாருமல்ல, பாபாதான்.

12. திருச்சி சமயபுரத்தில் வைத்துத்தான் குந்தவை இஸ்லாத்தை ஏற்றார். அதிலிருந்து அவ்வூர் சமயம் மாறிய புரம் என்று சிலகாலம் அழைக்கப்பட்டது.

13. குந்தவை இஸ்லாத்து வந்த பிறகு வைக்கப்பட்ட பெயர்தான் ஹலிமா. ஹலிமா மற்றும் அவரது வளர்ப்புக் கிளியின் அடக்க ஸ்தலங்கள் தர்காவுக்குள்ளேயே உள்ளன.

14. இஸ்லாத்தைத் தழுவுவதற்கு முன்னதாக குந்தவை பல ஜைன, சைவ சமயக் கோயில்களுக்கு நன்கொடைகள் வழங்கியுள்ளார் (பார்க்க, படம்).

15. ஸ்ரீரங்கம், சமயபுரம், தாதா புரத்தில் கட்டப்பட்ட ரவிகுல மாணிக்க ஈஸ்வர விமானப்பகுதி கதைச் சிற்பங்கள், ஸ்ரீரங்கம் கோயில் இரண்டாம் பிரகாரத்தின் ஈசானிய மூலையில் இடம்பெற்றுள்ள 'துலுக்க நாச்சியார் சன்னதி' போன்றவை குந்தவை இஸ்லாத்தை ஏற்றுக் கொண்டதற்கான சில சான்றுகளாக இன்றுவரை உள்ளன.

16. திருச்சி தர்காவின் ஆயிரமாவது ஆண்டு மலரிலும் குந்தவை நாச்சியார் இஸ்லாத்தைத் தழுவியதாகக் குறிப்பிடுகிறது.

17. மருத்துவர் அகத்தியதாசன் எழுதிய 'குந்தவை நாச்சியார்' என்ற நூலிலும் மதம் மாறிய குந்தவை என்று ஓர் அத்தியாயமே எழுதியுள்ளார்.

    குந்தவை நாச்சியார் தஃப்லே ஆலம் பாதுஷாவின் வளர்ப்பு மகள் என்பதை இந்நூல் தெளிவாகக் காட்டும் என்று நம்புகிறேன்.

13

நத்ஹர் பாபாவின் சில்சிலா
(ஆன்மிகப் பாரம்பரியத்தொடர்)

1. நபிகள் நாயகம் சய்யிதினா முஹம்மது (ஸல்)
2. சய்யிதினா அமீருல் மூமினீன் அலீ (ரலி)
3. சய்யிதினா இமாம் ஹுஸைன் (ரலி)
4. சய்யிதினா இமாம் ஜைனுல் ஆபிதீன் (ரலி)
5. சய்யிதினா இமாம் முஹம்மது பாக்கர் (ரலி)
6. சய்யிதினா இமாம் ஹஸன் (ரலி)
7. சய்யிதினா இமாம் அலீ தகீ (ரலி)
8. சய்யிதினா இமாம் இக்தியார் (ரலி)
9. சய்யிதினா இமாம் சுல்தான் அஹ்மத் கபீர் (ரலி)
10. சுல்தான் நத்ஹர் முதஹ்ஹருத்தீன் (தஃப்லெ ஆலம் பாதுஷா ரலி)
11. சுல்தான் சையித் ஜலாலுத்தீன் (ரலி)
    (தஃப்லெ ஆலம் பாதுஷா ஆயிரமாவது ஆண்டு கந்தூரி சிறப்பு மலர்)

இந்தப் புத்தகம் எழுத உதவிய நூல்கள்

1. *பேரின்ப சாகரம் திருச்சி தப்லே ஆலம் பாதுஷா நத்தஹர் ஒலி (ரஹ்). எம்.ஏ. ஹைதர் அலீ யகீனுல்லாஹ் ஷாஹ். மும்தாஜ் பதிப்பகம். நெல்லிக்குப்பம், 2010.*
2. *வலிமார்கள் வரலாறு - இரண்டாம் பாகம். அப்துற்-றஹீம். யுனிவர்ஸல் பப்ளிஷர்ஸ், சென்னை.*
3. *திருச்சி தர்கா மற்றும் குந்தவை நாச்சியார் இஸ்லாத்தில் இணைந்ததற்கான சில ஆதாரங்களை கீழ்க்கண்ட லிங்க்-களிலும் காணலாம்:*

    www.youtube.com/watch?v=FijWKXbYVME&t=237s

    www.youtube.com/watch?v=4sJ6i589NRM&t=9s

    www.youtube.com/watch?v=g1qRb&kL4yw

    www.youtube.com/watch?v=E89QzGW8G94

    www.youtube.com/watch?v=w6Kevjr6WKo

KizhakkuToday.in

ஒரு புதிய இணைய இதழ்